AF761273

பங்குச் சந்தை – சில குறிப்புகள்

பங்குச் சந்தை – சில குறிப்புகள்

சோம வள்ளியப்பன்

ZDP
SPECIFICS

Title: Pangu Sandhai Sila Kurippugal
Author's Name: Soma Valliappan

Published by ZDP Specifics

ZDP SPECIFICS

ZDP Specifics
(An imprint of Zero Degree Publishing)
No. 55(7), R Block, 6th Avenue,
Anna Nagar,
Chennai - 600 040

Website: www.zerodegreepublishing.com
E Mail id: zerodegreepublishing@gmail.com
Phone: 89250 61999

ZDP Specifics Revised First Edition: December 2024
ISBN: 978-93-48439-69-7
TITLE No. ZDPS: 100

Rs. 200/-

Layout: G.Selva kumar
Cover Design: Vijayan, Creative Studio
Printed at Rathna Offset, Chennai, India

சமர்ப்பணம்

திருச்சி BHEL நண்பர்
K. வரதராஜன் அவர்களுக்கு...

பொருளடக்கம்

கவனம்

டிரேடிங்

சந்தை

பொருளாதாரம்

சில புளுசிப் பங்குகள்

பொது

முன்னுரை

ஆனந்த விகடன் பத்திரிகையில் இருந்து அழைப்பு. நீங்கள் ஒரு தொடர் எழுத வேண்டும் என்று. பணம் பற்றிய தொடர் என்றார்கள். அப்பொழுது என்னுடைய அள்ள அள்ளப் பணம் புத்தகம் வெளிவந்து நல்ல வரவேற்பைப் பெற்றிருந்த நேரம். அதனால் பங்குச்சந்தை பற்றி எழுதச் சொல்கிறார்களோ என நினைத்தேன். ஆனால், பொதுவாக பணம் சம்பாதிப்பது குறித்து எழுதச் சொன்னார்கள்.

தலைப்பு, 'பணம் பண்ணலாம், பணம் பணம்'. 29 வாரங்கள் எழுதினேன். அவையெல்லாம் ஆனந்த விகடனில் இருந்த நாணயம் விகடன் பக்கங்கள். ஆம். முதலில் நாணயம் விகடன் அப்படித்தான் தாய் வயிற்றிலிருக்கும் பிள்ளை போல ஆனந்த விகடன் பத்திரிகையின் சில பக்கங்களாகத் தொடங்கப்பட்டது அதில் முதல் தொடர்.

அப்படியாக தமிழ்கூறும் நல்லுலகிற்கு பொருளாதாரம், வியாபாரங்கள், முதலீடு குறித்த விவரங்கள் சொல்லி, விழிப்புணர்வு ஏற்படுத்தும் முக்கியப் பணியை ஆரம்பித்து இன்றளவும் சிறப்பாகத் தொடர்வது நாணயம் விகடன்.

அதற்குப் பிறகு நாணயம் விகடனில் சேமிப்பு பற்றிய ஒரு தொடர் எழுதினேன். அவ்வப்போது கட்டுரைகளை எழுதிக் கொண்டிருந்தாலும், அடுத்த தொடர் எழுத சில ஆண்டுகள் ஆயின. 'ஸ்மார்ட் இன்வெஸ்டார் இன் 100 டேஸ்' என்று தலைப்பு கொடுத்து, 100 நாட்களுக்குத் தொடர்ந்து எழுதச் சொன்னார்கள். அது, நாணயம் விகடன் இணைய (டிஜிட்டல்) இதழில் வந்தது. அதில் சில மாற்றங்கள் செய்து, ஸீரோ டிகிரி பப்ளிகேஷன் மூலமாக 'பங்குகளில் பணம்' என புத்தகமாக வெளியிட்டேன்.

சென்ற ஆண்டு, மற்றொரு தொடர் எழுதக் கேட்டார்கள். 'பொருளாதாரம், பணம், பங்குகள்; என்ற தலைப்பில் 37 வாரங்கள் எழுதிய இணைய இதழ் தொடர்.

அள்ள அள்ளப் பணம் போன்றோ அல்லது என்னுடைய வேறு சில விளக்கங்கள் கொடுக்கும் மற்ற புத்தகங்கள் போன்றோ இல்லை. இந்தப் புத்தகம் பங்குச்சந்தை குறித்து ஏற்கனவே அறிமுகம் இருப்பவர்களுக்கான புத்தகம். பங்குச்சந்தையில் ஏற்கனவே ஈடுபட்டிருப்பவர்கள் மேலும் தெரிந்துகொள்வதற்கும், பங்குச்சந்தை பங்குகள் குறித்து மேலும் ஏதாவது படிக்கவேண்டும் என்று தேடுபவர்களுக்குமான புத்தகம்.

இவ்வளவும் எழுதியது தொடர் படித்தவர்களுக்கு மட்டுமா? அதுவும் அது ஒரு 'பிரிமியம் ஸ்டோரி'. அதனால் சந்தா கட்டியவர்கள் மட்டுமே படித்திருப்பார்கள். எல்லோரும் படித்திருக்க மாட்டார்கள். ஏன் இதை மற்றவர்களுக்கும் நாம் எடுத்துச் செல்லக்கூடாது என்று தோன்றியது. உடன் ஸீரோ டிகிரி த்ரு நரசிம்மன் அவர்களிடம் தொலைபேசியில் சொல்ல, உடனே அனுப்புங்கள் என்றார்.

புத்தகங்கள் வெளியிடுவதில் ஸீரோ டிகிரி பப்ளிகேஷன் மிகுந்த சிரத்தை கொள்கிறது. ஒரு 'ப்ரொஃபஷனல் அப்ரோச்' இருக்கிறது. பிழைதிருத்தம் செய்வதில் அக்கறை காட்டுகிறார்கள். கவனம் எடுத்துக்கொள்கிறார்கள். முன், பின் அட்டைகளைச் சிறப்பாக வடிவமைக்கிறார்கள். ஸீரோ டிகிரி ராம்ஜீ நரசிம்மன் அவர்களுக்கும் காயத்ரி அவர்களுக்கும் நன்றி.

சோம வள்ளியப்பன்

அபிராமபுரம்

22. 11. 2024.

கவனம்

1.இதற்குள் அது – அதற்குள் இது!

அவருக்கு வயது 80க்கு மேல் பெரிய கார்ப்பரேட் குழுமத்தில் நல்ல பொறுப்பில் இருந்தவர். அதெல்லாம் இருபது ஆண்டுகளுக்கு முன்பு. இப்போது சமூக சேவை செய்துகொண்டிருக்கிறார். இணையவழியில் கூட்டங்கள் நடத்துகிறார். எனக்கு நண்பர். அவ்வப்போது தொலைபேசியில் அழைப்பார். சென்ற மாதம் ஒருமுறை அழைத்து, ஒரு குறிப்பிட்ட விஷயம் பற்றிப் பேச வேண்டும் என நேரம் கேட்டார்.

என்ன அதிசயம் இது! எதற்காகத் தனிப்பட்ட நேரம், குறிப்பான நேரம் கேட்கிறார் என்று யோசித்தேன். சொன்னார், அவர் வயதை ஒத்த தொகையை. ஆம், 80 லட்சத்தை டெபாசிட் செய்திருக்கிறார். எல்லா முட்டைகளையும் ஒரே கூடையில் போடக்கூடாது என்கிற நிதி நிர்வாக பால பாடத்தை கடைப்பிடித்து, நான்கு வெவ்வேறு நிறுவனங்களில் பிக்செட் டிப்பாசிட் (FD)கள் போட்டிருக்கிறார். ஒவ்வொன்றிலும் 20 லட்ச ரூபாய்.

'பரவாயில்லையே! முன்பெல்லாம் என்ன பங்கு வாங்கலாம் என்று கேட்பவர், பங்குகளில் முதலீடு செய்து கொண்டிருந்தவர். இப்போது பணி ஓய்வுக்குப் பின், பொறுப்பாக இனி ரிஸ்க் வேண்டாம் எனக் குறிப்பிட்ட வருமானம். 'பிக்சட் ரிட்டர்ன்ஸ்' தரும் FD களில் போட்டிருக்கிறாரே!' என்று மனதிற்குள் மகிழ்ந்தேன்.

அவர் போட்டிருந்த நான்கு FD களில் ஒன்று கெட்டுப்போனது என்று ஒரு குண்டைத் தூக்கிப்போட்டார். தீவான் ஹவுசிங் என்ற நிறுவனத்தின் FD யில் அவர் போட்டிருந்த 20 லட்ச

ரூபாய்ப் பணம் இப்போதைக்கு வராதாம். அசலுக்கே பிரச்னை என்பதால், வட்டியை நினைத்துக்கூடப் பார்க்க முடியாதாம். முதலீட்டாளர்கள் எல்லோரும் சேர்ந்து ஒரு அமைப்பு உருவாக்கிக் கேட்டுக் கொண்டிருக்கிறோம் என்றார்.

அந்த நிறுவனத்தில் இருந்து இதுவரை வந்திருக்கிற தொகை வெறும் ஒரு சதவீதம் மட்டுமே. போட்ட பணம் முழுவதும் கிடைக்க இன்னும் சில ஆண்டுகள் ஆகலாம். முழுவதும் இல்லாவிட்டாலும், சிறுகச் சிறுக போட்ட பணத்தில் ஒரு பகுதி வந்துவிடும் என்கிறார்கள் என்று மேல்விவரம் சொன்னார். என்ன செய்யலாம் என்று கேட்டார்.

"மற்ற மூன்றும் கூட திவான் ஹவுசிங் போலவே 'நான் பேங்கிங் பைனான்சியல் கார்ப்பரேஷன்கள்' (NBFC) தானே!"

"அவற்றில் பிரச்னை இல்லை. சரியான நேரத்திற்கு வட்டி வந்துவிடுகிறது" என்றார்.

"அஞ்சலகம் வங்கிகளின் FD கள் இருக்கும்போது ஏன் தேடிப் போய் டெபாசிட் செய்தீர்கள்?"

"அவற்றைக் காட்டிலும் NBFC களில் வட்டி ஒன்றரை சதவீதம் அதிகம்"

"அதனால்..?"

"நான்காகப் பிரித்து.."

"அதில் ஒன்று முழுதாகப் போய்விட்டதா?"

"....................."

"நான்கில் ஒன்று என்றால், 20 லட்சம் காலியா! கூடுதல் ஒன்றரை வட்டி என்பது 80 லட்சத்திற்கும், ஆண்டு ரூபாய் லட்சத்து 20 ஆயிரம் ரூபாய். அதற்கு ஆசைப்பட்டு, 20 லட்சம் முதல் போய்விட்டதே!"

"..........................."

"மற்றவை..?"

"இப்போதைக்கு இருக்கட்டுமே. அவற்றில் ஒன்றும் பிரச்னை இல்லை" என்றார் பரிதாபமாக.

தீவான் ஹவுசிங் Corporate insolvency resolution process ல் இருக்கிறது. ஆரம்ப தகவல்கள்படி 69,000 டிப்பாசிட்டர்களின் 5,270 கோடி ரூபாய் இப்படி மாட்டிக்கொண்டிருக்கிறது.

★★★

அவர் ஏன் பங்குச் சந்தை, பரஸ்பர நிதிகள், தங்கம், ரியல் எஸ்டேட் போன்ற முதலீடுகளைத் தவிர்த்துவிட்டு FD போட முடிவு எடுத்தார்?

வயதாகிறது. இனி ரிஸ்கான முதலீடுகள் கூடாது என்று நினைத்து FD களில், அதையும் சரியாக நான்கு நிறுவனங்களாகப் பிரித்துப் போட்டிருக்கிறார்.

இருந்தும் பங்குகளில், தங்கத்தில், ரியல் எஸ்டேட் வரமுடியாத அளவிற்கு பெரிய நட்டத்தை அவர் சந்திக்க நேர்ந்தது எதனால்?

FD கள் என்பன ரிஸ்க் இல்லாத முதலீடு என்பது சரிதான். ஆனால், அவர் தேடிப்போனது அதிக ரிஸ்க் இருக்கும் NBFC நிறுவனங்களின் FD களை.

விலங்குகள் குறித்து காட்டப்படும் சில வீடியோக்களில் பார்த்திருக்கலாம். மான்கள், வரிகுதிரைகள், எருதுகள் போன்ற அளவில் பெரிய மிருகங்களை வேட்டையாடி உண்ண முயற்சிக்கும், அவற்றை விட அளவில் சிறிய செந்நாய்கள், அந்தப் பெரிய மிருகங்களைத் தாக்குவதற்குத் தேர்ந்தெடுக்கும் இடம், அந்த பெரிய விலங்குகளின் உடலில் இருக்கும் மிக மிருதுவான, வாய்ப்பான பகுதிகள். மலம், சிறுநீர் வெளிவரும் துவாரங்களைக் குறிவைத்து, முயன்று முதலில் அவற்றை எளிதாகக் கடித்து, கிழித்து, அங்கிருந்து மற்ற பகுதிகளுக்கு நகரும்.

பிக்சட் டெபாசிட்டுகள் என்பவை பொதுவாக பாதுகாப்பானவை தான். ஆனால் அவற்றில் பாதுகாப்பு குறைவாக இருப்பவை. NBFCகளின் FDகள் மற்றும் NCD,கள் போன்றவை.

நண்பர் செய்தது, ஒரு சின்ன சாமர்த்தியம். பாதுகாப்பான முதலீடுகளில் மற்றவற்றைக் காட்டிலும் கூடுதல் வருமானம் எதிர்பார்த்திருக்கிறார். அது அவருடைய முதலுக்கே வேட்டு வைத்துவிட்டது.

அஞ்சலகம் மற்றும் வங்கிகளின் டிப்பாசிட்டுகளுக்கு ஆபத்தே இல்லையா என்று கேட்கலாம்.

அஞ்சலக டிப்பாசிட்டுகளுக்கு மத்திய அரசின் முழு உத்ரவாதம் உண்டு. வங்கி டிப்பாசிட்டுகளுக்கு ரிசர்வ் வங்கி தரும் 5 லட்சம் ரூபாய் வரையிலான தொகைக்குக் காப்பீடு உண்டு. 20 லட்சத்தை அவர் மற்றும் அவரது மனைவி பெயர்களில், தனியாகவும் இணையாகவும் எனப் பிரித்து நான்கைந்து வங்கிகளில் டிப்பாசிட் போட்டிருக்கலாம். அந்த டிப்பாசிட்டுகளுக்கு ஆபத்து வந்தால் இந்த ஏற்பாடுகள் முதலீட்டாளரைக் காப்பாற்றும்.

கூடுதல் ரிஸ்க் இல்லாமல் கூடுதல் வருமானம் கொடுக்க முடியாது. வயதாகிவிட்டது. ரிஸ்க் வேண்டாம் என்ற நிலையில் அதில் சமார்த்தியங்கள் எதற்கு? அவர் ரிஸ்க் எடுக்காமல் இருப்பதாக நினைத்துக்கொண்டு பெரிய ரிஸ்க் எடுத்திருக்கிறார். NBFC களின் FD கள் கொம்பு கொண்ட மானின் உடலில் இருக்கும் பலவீனமான பகுதி போன்றது.

சேலை கட்டுகிறேன் என்று சேலை கட்டியது போல தைத்த துணியை ஒட்டிக்கொள்வது. போக்குவரத்து நெரிசலில் நிற்கிற வண்டிகளைத் தாண்டி, நான் சற்று வேகமாக போகவேண்டும். அதற்காக பிளாட்பாரத்தின் மீது இரு சக்கர வாகனத்தை ஓட்டுவது, எல்லாம் ஒன்றைத் தேர்வு செய்து அதற்கு நியாயமாக இல்லாமல் அதில் சாமர்த்தியம் காட்டுபவை. அப்படித்தான் அவர் செய்திருக்கிறார்.

அதேபோல ரிஸ்கான பங்கு முதலீடுகளில், ரிஸ்க் இல்லாத அல்லது அதிகம் ரிஸ்க் இல்லாத ‘லார்ஜ் கேப்’ பரஸ்பர நிதிகள் உண்டு. அவற்றின் NAV வளர்ச்சி ஒப்பீட்டளவில் குறைவாக இருக்கும். காரணம், அவற்றில் ரிஸ்க் குறைவு. வளர்ச்சி வேண்டி பங்குச் சந்தைக்கு வந்துவிட்டு, ரிஸ்க்கை சாமர்த்தியமாகத் தவிர்க்க நினைத்தால், வளர்ச்சி கிடைக்காது.

ஆக, FDகளிலும் ரிஸ்க் இருப்பவை உண்டு. பங்குகளிலும் பாதுகாப்பானவை உண்டு.

ரிஸ்க்கே வேண்டாமென்றால் அஞ்சலக அல்லது வங்கி டிப்பாசிட்டுகள். அல்லது மத்திய அரசு பாண்டுகள். கொஞ்சம் குறைவானாலும் வருமானம் உறுதி. அசலுக்கு ஆபத்தில்லை. ஆம்.

2. இந்த அநியாயத்தை எங்கே போய்ச் சொல்வது?

மக்கள் வாங்கிய கடனை வங்கிகள் தள்ளுபடி செய்வது பற்றிக் கேள்விப்பட்டிருக்கிறோம், இது நேர் மாறானது. மக்கள் வங்கியிடம் கொடுத்து வைத்திருந்த பணத்தை, வங்கியே தள்ளுபடி செய்து, தரமாட்டேன் என்கிறது. வங்கியிடம் பணம் கொடுத்து வைத்திருந்தவர்களுக்கு வட்டி மட்டுமல்ல அசலும் கிடையாது என்று தைரியமாக அறிவிக்கிறது.

இந்த முடிவு எடுத்து அறிவிப்பவர், அந்த வங்கிக்குத் தலைமை நிர்வாகியாக ரிசர்வ் வங்கியால் நியமிக்கப்பட்டவர். பாரத ஸ்டேட் வங்கியின் முன்னாள் உதவி எம்.டி. மற்றும் சி.எப்.ஓ.

வங்கியின் இந்த நடவடிக்கையால் பாதிக்கப்பட்டவர்கள், 1346 தனி நபர்கள் மற்றும் சில பரஸ்பர நிதிகள். 1346 தனி நபர்களில் 1317 நபர்கள் அதே வங்கியின் வாடிக்கையாளர்கள்! இவர்கள் அனைவருமாகச் சேர்ந்து வங்கிக்கு கொடுத்து, இப்போது அவர்களுக்கு திரும்ப கிடைக்காது என்ற அறிவிப்பின் மூலமாக அநேகமாக முழுதும் இழந்துவிட்ட தொகை, ரூ. 8,415 கோடி.

இத்தனைக்கும் இந்த வங்கியின் பங்குகளை வாங்கி இவர்கள் ஏமாறவில்லை. பங்குச் சந்தையின் ஏற்ற இறக்கங்களால் ஏற்பட்ட நட்டம் அல்ல இது. அவர்கள் அனைவரும் வாங்கியது, அந்த வங்கி வெளியிட்ட ஒருவகை பாண்ட் (Bond) டை.

பாண்டுகள் என்றாலே முன்பே உறுதி செய்யப்பட்ட அளவு 'பிக்சட் ரிட்டன்' வருமானம் தரக்கூடிய, அசலுக்கு ஆபத்தில்லாத கடன் பத்திரங்கள் என்கிற புரிதல்தானே எல்லோரிடமும் இருக்கிறது.

தனிநபர்கள் மட்டுமல்ல. சிறுமுதலீட்டாளர்களிடம் பணம் பெற்று பரஸ்பர நிதி நடத்துகிற சில பரஸ்பர நிதி நிறுவனங்களும்

ஒரு பாண்டில் முதலீடு செய்தே இந்த நிலைமைக்கு ஆளாகியிருக்கிறார்கள். இந்த நிலைமை சட்டத்துக்குப் புறம்பானது என்றோ, ரிசர்வ் வங்கிக்குத் தெரியாமல் நடந்தது என்றோ நினைக்க வேண்டாம்.

'இந்தத் தள்ளுபடியை நாங்கள் செய்ய முடியும். அப்படிப்பட்ட பாண்டுகள்தான் இவை. வங்கியின் நலன் கருதித்தான் இப்படி செய்கிறோம். இதைச் செய்வதன் மூலம் நாங்கள் எந்த ஏமாற்று வேலையிலும் ஈடுபடவில்லை' என்று வங்கியின் நிர்வாகம் வழக்காடுகிறது.

அட! இது உண்மையா? கடன் பத்திரங்களான பாண்டுகள் வாங்கினால் கூட இப்படி நடக்குமா? எனில் இந்த அநியாயத்தை எங்கே போய்ச் சொல்வது? என்று கேட்கத் தோன்றுகிறதா?

வாருங்கள் நிகழ்வுக்குள் போகலாம்.

அந்த வங்கியின் பெயர் எஸ் வங்கி.*(Yes Bank)* பல்வேறு காரணங்களினால் ஒரு நேரம் அந்த வங்கியின் நிதிநிலை மோசமாகி, பெரும் சிரமத்திற்கு உள்ளானது. அந்த வங்கியைக் காப்பாற்ற வேண்டிய பொறுப்பை எடுத்துக்கொண்ட மத்திய ரிசர்வ் வங்கி, அதுவரை நிர்வாகம் செய்து வந்த போர்டை *(Board)* கலைத்துவிட்டு, ஒரு புதிய அமைப்பு உருவாக்கி அதன் தலைவராக ஓய்வு பெற்ற முன்னாள் பாரத ஸ்டேட் வங்கியின் துணை *MD & CFO* பிரசாந்த் குமாரை வங்கியின் முதன்மை அதிகாரியாக நியமித்தது.

வங்கியின் நிதி நிலையை ஆராய்ந்து, உரிய நடவடிக்கைகள் எடுத்து, பழையபடி வங்கி இயல்பாக இயங்குவதற்கான வழிமுறைகளைச் செய்யச்சொல்லி அவரைக் கேட்டுக்கொண்டது. அதற்காக அவர் எடுத்த சில நடவடிக்கைகளில் ஒன்றுதான், 2020 ம் ஆண்டு, மார்ச் 14 அன்று அவர் 'ரைட் ஆப்' செய்த 8,415 கோடி ரூபாய் மதிப்பிலான ' 'டியர் ஒன்' பாண்டுகள்.

'ரைட் ஆஃப்', என்றால், வங்கி இனி அந்தப் பணத்தைத் திரும்பக் கொடுக்க வேண்டியதில்லை என்று பொருள். அட! இது என்ன அதிசயமாக இருக்கிறது!! ஒரு வங்கி பலரிடம் கடன் பத்திரங்களை விற்று, கடன் வாங்குமாம். அந்த வங்கிக்கு ஏதாவது ஒரு சிரமம் என்றால் அது வாங்கிய கடனை அதுவே, 'இனி நான் தர

முடியாது' என்று சொல்லிவிடுமாம். கடன் கொடுத்தவர்கள். சரி என்று பணத்தை மறந்துவிட வேண்டுமாம்!

பாண்டுகளில் இப்படி ஒருவகை இருக்கிறது என்று எத்தனை நபர்களுக்கு, முதலீட்டாளர்களுக்கு, குறிப்பாக சிறு முதலீட்டாளர்களுக்குத் தெரியும்?

இந்த அரிய (!) வகை பாண்டுகள் உருவாக்கப்பட்டது, வங்கிகளின் நன்மைக்காக. வங்கிகள் அவை வைத்திருக்கும் ஆரம்ப முதலான ஈக்விட்டி தொகையைக் (Equity Capital) காட்டிலும் கூடுதல் நட்டம் செய்து, மொத்த முதல் பணத்தையும் இழக்கிற ஆபத்து வந்தால், அதிலிருந்து வங்கி அதைக் காப்பாற்றிக்கொள்ள இப்படி ஒரு ஏற்பாட்டை உருவாக்கி இருக்கிறார்கள், இந்த வகை பாண்டுகளுக்கு 'டியர் ஒன் பாண்டு' என்று பெயர்.

நிரந்தர வைப்புகள்(FD) மற்றும் வழக்கமான பாண்டுகளுக்கு கொடுப்பதைவிட 'டியர் ஒன்' பாண்டுகளுக்குக் கூடுதல் வட்டி கொடுப்பதால், ரிஸ்க் இருதாலும் கூடுதல் வருமானம் வேண்டுபவர்கள் இந்த பாண்டுகளை வாங்குவார்கள்.

அப்படிப்பட்ட பாண்டை எஸ் வங்கி வெளியிட்டு, அதற்கு ஆண்டுக்கு 9%. வட்டி கொடுத்து வந்தது. இந்த 9 சதவீதம் என்பது, அந்த பாண்டு வெளியிட்ட நேரத்தில் நடப்பிலிருந்த வட்டிவீதத்தை விட இரண்டு மூன்று சதவீதங்கள் அதிகம் இருக்கலாம். அவ்வளவுதான். ஆனால், அந்தச் சிறிய அளவு கூடுதல் வட்டிக்காக அதில் முதலீடு செய்பவர்கள் எடுத்த பெரிய ரிஸ்க், வங்கியின் நிதிநிலை மோசமானால் தங்கள் பணத்திற்கு 'வட்டியே வராமல் போகலாம்' என்ற நிலை மட்டுமல்ல. ஏதாவது ஒரு கட்டத்தில் 'மொத்த முதலும் திருப்பித் தரப்படாமல் போகலாம்' என்பதும்தான்.

2008 ஆம் ஆண்டு உலக அளவில் பல்வேறு பெரிய நிதி நிறுவனங்கள் நெருக்கடியில் சிக்கியபோது உருவாக்கப்பட்ட இந்தப் புதிய வகை பாண்ட் என்பது அந்த நிதி நிறுவனங்களால் உடனடியாக பெரும் முதல் திரட்ட முடியாது என்பதற்கு மாற்றாக உருவாக்கப்பட்டவை. பெரும் நட்டத்தில் இயங்கும் அந்த நிறுவனங்கள் முதல் திரட்ட, பங்குகள் வெளியிட்டால், வங்கியின் நிதிநிலை அறிந்த எவரும் அந்தப் பங்குகளை வாங்க முன்வரமாட்டார்கள்.

எனவே மோசமான நெருக்கடியில் இருக்கும் வங்கிகள் பங்குகள் வெளியிட்டு முதல் திரட்ட முடியாது. அதற்கு மாற்று, கடன் பத்திரங்கள் பாண்டுகள் வெளியிட்டு முதல் திரட்டுவது. பாண்டுகள் வெளியிட்டால் அவற்றுக்குத் தொடர்ந்து நிச்சய வட்டி கொடுக்கவேண்டும். தவிர, குறிப்பிட்ட ஆண்டுகளுக்குப் பிறகு பாண்டுகளைப் பணம் கொடுத்துப் 'ரெடீம்' செய்யவேண்டும். வங்கி இருக்கும் நிலையில் இதெல்லாம் சாத்தியப்படுமா என்று சொல்லமுடியாது.

இப்படிப்பட்ட நிலையில், என்ன செய்யலாம் என்று யோசித்தவர்கள், ஈக்விட்டி போலுமில்லாமல் பாண்டு போலுமில்லாமல், இரண்டும் கலந்த ஒரு புதிய 'பைனான்சியல் ப்ராடக்ட்' டை உருவாக்கினார்கள். அதுதான் 'டியர் ஒன்' பாண்ட்.

'டியர் ஒன்' பாண்டுகளின் அம்சங்கள் என்ன?

முதல் அம்சம், இவற்றை வங்கி எப்போது 'ரெடீம் செய்யும்' (பணத்தைத் திருப்பிக்கொடுக்கும்) என்கிற காலவரை இல்லை. பொதுவாக பாண்டுகள் 5, 7, 10, 15 ஆண்டுகள் என்பது போல கால வரையறையுடன்தான் வெளியிடப்படும். குறிப்பிடப்பட்ட ஆண்டுகளுக்குப் பின் பாண்டைப் பெற்றுக்கொண்டு பணத்தைத் திருப்பித் தரவேண்டும். ஆனால், 'டியர் ஒன்' பாண்டுகளை, அவற்றின் 'ஈக்விட்டி கேப்பிடல்' போல வங்கிகள் தொடர்ந்து வைத்துக்கொள்ளலாம். அவை 'பெர்பெச்சுவல்' வகையைச் சேர்ந்தவை.

இரண்டாவது அம்சமும், ஏனைய பாண்டுகளில் இருந்து வேறுபடும் விதமும் அவை தரக்கூடிய வருமானம் பற்றியது. 'டியர் ஒன்' பாண்டுகளுக்கு ஒப்புக்கொண்ட அளவில் குறிப்பிட்ட வட்டி தொடர்ந்து வழங்கப்படும். ஆனால், வங்கியின் நிதி நிலை மோசமானால், வங்கி வட்டி விகிதத்தைக் குறைக்கலாம்; அவசியமென்றால் வட்டி கொடுப்பதை நிறுத்தவும் செய்யலாம். வங்கியின் நிதி நிலை மேலும் மோசமானால் பாண்டுக்கு வாங்கிய பணத்தைத் திருப்பித்தரவேண்டாம். தள்ளுபடி செய்யலாம்.

இதென்ன 'ஈக்விட்டி கேப்பிடலுக்கு' உள்ள அம்சங்களைச் சொல்லி, இவையெல்லாம் புதிய வகை பாண்டுகளின் அம்சங்கள் என்கிறீர்கள் என்று கேட்கலாம். சந்தேகமும் கேள்வியும் சரிதான்.

'மாப்பிள்ளை இவர்தான். ஆனால் அவர் போட்டிருக்கும் சட்டை என்னுடையது' என்பார்களே அப்படி, இவற்றுக்குப் பெயர் என்னவோ பாண்டுகள்தான். ஆனால் அவை பாண்டுகளைப் போல நிலையான வருமானமும், முதலுக்கு உத்திரவாதமும் இல்லாதவை. பங்குகளைப் போன்ற டிவிடெண்ட் கொடுத்தாலும் கொடுக்கலாம், இல்லையென்றாலும் ஏனென்று கேட்கமுடியாது.

இப்படி ஒரு ரிஸ்க் இருந்தாலும் இவற்றை ஏன் சில முதலீட்டாளர்கள் வாங்குகிறார்கள்?

மற்ற பாண்டுகளைக் காட்டிலும் 'டியர் ஒன்' பாண்டு வாங்கியவர்களுக்குக் கூடுதல் வட்டி கிடைக்கும் என்பதுதான் காரணம்.

வட்டியைக் குறைப்பது, தள்ளுபடி செய்வது, போட்ட பணம் இல்லை என்பதெல்லாம் மிகப்பெரிய நட்டங்கள் வந்தால்தான். எடுத்தவுடனேயோ, எல்லா நேரமோ இல்லை. அதற்கு வாய்ப்பு உண்டுதானே தவிர, அதுவும் நிச்சயம் இல்லை. வங்கி 'டியர் ஒன்' பாண்டு பணத்தை வைத்து அதன் நிலையைச் சரிசெய்துகொள்ளும். எல்லாம் சரியாகிவிட்டால், பாண்ட் வாங்கியவர்களுக்குக் கூடுதல் வட்டி கிடைத்துக்கொண்டேயிருக்கும். அதுதான் கவர்ச்சி.

அதனால் அப்படியெல்லாம் நடக்கும் வாய்ப்புக் குறைவு என்று கணிப்பவர்கள் 'டியர் ஒன்' பாண்டுகளை வாங்குவார்கள். இப்படியாக SBI, HDFC வங்கி போன்ற பல்வேறு வங்கிகள் 'டியர் ஒன்', பாண்டுகள் வெளியிட்டு ஒழுங்காக வட்டி கொடுத்துக்கொண்டிருக்கின்றன.

எஸ் வங்கியின் 'டியர் ஒன்' பாண்டுகளும் அதே அடிப்படையில். வெளியிடப்பட்டவைதான். ஆனால், வாங்கிய முதலீட்டாளர்களுக்கு இந்த அம்சங்கள் எல்லாம் சரியாகத் தெரிவிக்கப்படவில்லை.

எஸ் வங்கியில் பிக்செட் டிப்பாசிட் போட்டிருந்தவர்களை, 'நீங்கள் உங்கள் FD களை இந்த 'டியர் ஒன்' பாண்டுகளாக மாற்றிக்கொள்ளுங்கள். இவை 'சூப்பர் FD'. இவற்றுக்குக் கூடுதல் பாதுகாப்பு உண்டு. தவிர வட்டியும் அதிகம் கிடைக்கும் என்று சொல்லி விற்றிருக்கிறார்கள்.

வங்கி அதேதான். சாதா டிப்பாசிட் சூப்பர் டிப்பாசிட் ஆகிறது. வட்டி அதிகம். எவராவது வேண்டாம் என்பார்களா?

பல வாடிக்கையாளர்கள் அவர்கள் FD பணத்தை அதில் மாற்றியிருக்கிறார்கள்.

அந்த பாண்டுகளில் முதலீடு செய்தவர்களில் நிப்பான் ரிலையன்ஸ் ஃபண்ட் உள்பட சில பரஸ்பர நிதி நிறுவனங்களும் அடக்கம். முக்கியமாக 1346 தனி நபர்கள். அதில் 1311 பேர் எஸ் வங்கியின் வாடிக்கையாளர்கள். எல்லோரும் சேர்ந்து மொத்தமாக ரூபாய் 8,415 கோடி ரூபாய்க்கு பாண்டுகள் வாங்கியிருந்தார்கள்.

2020ம் ஆண்டு பல்வேறு காரணங்களினால் எஸ் பேங்க் பெரிய நட்டத்தைச் சந்தித்து, பெரும் நிதி நெருக்கடிக்குள்ளாகி மூழ்கும் நிலை வந்த போதுதான் மேலே பார்த்தது போல இனி 'டியர் ஒன்' பாண்டுகளுக்கு வட்டியோ அசலோ தரப்படமாட்டாது என்று அறிவிக்கப்பட்டது.

கலங்கிப்போன முதலீட்டாளர்கள், மும்பை உயர் நீதிமன்றத்தை அணுகினார்கள். விசாரித்த நீதிமன்றம், எஸ் வங்கியின் தலைவராக இருந்த ராணா கபூருக்கு டியர் ஒன் பாண்டுகளை சூப்பர் FD என்று 'மிஸ் செல்லிங்' செய்த காரணத்துக்காக 2 கோடி ரூபாய் தனிப்பட்ட அபராதம் விதித்தது. முக்கியமாக, எஸ் வங்கியின் 'டியர் ஒன்' பாண்டுகள் குறித்து அறிவித்தது செல்லாது என்று தீர்ப்பு கூறியுள்ளது. அந்தத் தீர்ப்பை எதிர்த்து ரிசர்வ் வங்கியும் எஸ் வாங்கியும் உச்ச நீதிமன்றத்தை நாடியுள்ளனர்.

பாண்ட் வைத்திருப்பவர்களுக்கு அவர்கள் பணம் திரும்பக் கிடைக்குமா என்று தெரியவில்லை. கிடைத்தாலும் எப்போது எவ்வளவு என்று தெரியவில்லை. இந்த பாண்டுகளில் பணத்தைப் போட்டவர்கள் நீதிமன்றத்தில் சொல்லியிருப்பது, குறைந்தபட்சம் மொத்த தொகை இல்லாவிட்டாலும், ஒரு 'ஹேர் கட்' செய்து, 100க்கு 80 குறைத்துக்கொண்டாலும் பரவாயில்லை. மீத பணத்திற்கு எங்களுக்கு எஸ் வங்கியின் பங்குகளாகவாவது கொடுத்துவிடுங்கள் என்பதாகும். தீர்ப்புக்காக காத்திருக்கிறார்கள்.

முதல் அத்தியாயத்தில் பார்த்த கூடுதல் வட்டி கிடைக்கிறது என்று சில NBFC களில் பிக்சட் டெபாசிட்டு போட்டுவிட்டு கையைப் பிசைந்துகொண்டு நிற்கிற சிறு முதலீட்டாளர்களைப் போன்றதுதான் இவர்கள் நிலையும்.

அதே நிலை. காரணங்களும் அதேதான்.

கூடுதல் வட்டியைப் பார்த்தவர்கள் கூடுதல் ரிஸ்க் இருப்பது தெரியாமல் மாட்டிக்கொண்டு விட்டார்கள்.

எல்லா டிப்பாசிட்டுகளும், அனைத்து 'டியர் ஒன்' பாண்டுகளும் இப்படி ஆகவில்லை என்றாலும் இப்படி ஆகக்கூடும் ஆபத்து இவற்றில் இருக்கிறது.

டிரேடிங்

3. டாப்பா டிரேடிங் ஆபத்து

சில தினங்களுக்கு முன்பு வந்த ஒரு செய்தியைப் பார்த்திருக்கலாம். தேசிய பங்குச் சந்தை, (NSE) இருபதுக்கும் மேற்பட்ட நிறுவனங்களுக்கு எச்சரிக்கை நோட்டீஸ் அனுப்பி இருக்கிறதாம்.

நோட்டீஸ் அனுப்பியதற்குக் காரணம், சிலர் முறையற்ற முறையில் பங்கு வர்த்தகத்தில் ஈடுபட்டதுதான். 'அது சரி, முறையற்ற முறையில் செய்யக்கூடாது. அப்படிச் செய்தால் அதற்கான நோட்டீஸ் அனுப்பும் பொறுப்பில் பங்குவர்த்தகக் கண்காணிப்பு ஆணையமான 'செபி'தானே இருக்கிறது! செபிதானே அனுப்பவேண்டும்?' என்று கேட்கலாம்

பாதிக்கப்பட்டவர் நேரடியாக எச்சரிக்கை விடுவது போன்றதுதான் இது.

"என்னது? தேசிய பங்குச் சந்தை பாதிக்கப்பட்டிருக்கிறதா?"

"ஆம். அதன் வியாபாரம் பாதிக்கப்பட்டிருக்கிறது."

"யார் பாதிக்கிறார்கள்?"

பட்டியலிடப்பட்ட பங்குகளை வாங்குவது விற்பது ஆகியவற்றை பங்குச் சந்தை மூலமாகத்தான் செய்ய வேண்டும். அதற்கு, சந்தைகளில் பதிவு செய்த தரகு நிறுவனங்கள் உண்டு. அவர்கள் மூலம் பங்குகளை வாங்கலாம் விற்கலாம்.

முன்பு போலின்றித் தற்போது தேசிய பங்குச் சந்தை (NSE) மற்றும் மும்பை பங்குச் சந்தை (BSE) என்று இரண்டு சந்தைகள் மட்டுமே இருக்கின்றன. சில சாமர்த்தியசாலிகள் இந்த இரண்டு

சந்தைகளையும் தவிர்த்துவிட்டு, மூன்றாவதாக ஒரு வழியைக் கண்டுபிடித்து, அங்கே வாங்குகிறார்களாம் விற்கிறார்களாம்.

அப்படி வர்த்தகம் செய்ய உதவும் நிறுவனங்களில் சிலவற்றுக்குத்தான் தேசிய பங்குச் சந்தை எச்சரிக்கை விடுத்திருக்கிறது. சும்மா எச்சரிக்கை அல்ல. குற்றம் நிரூபிக்கப்பட்டால் பத்தாண்டுகளுக்கு மேல் இதற்கு சிறைத் தண்டனை உண்டு என்பதையும் நினைவுபடுத்தி எச்சரிக்கை விடுத்திருக்கிறது.

பீடிகை போதும். விஷயத்துக்கு வருவோம்.

பங்குகளைத் தரகர் மூலம் வாங்க வாங்கினாலோ விற்றாலோ அதற்குச் சில கட்டணங்கள் உண்டு.

ஒன்று, தரகு கட்டணம். மற்றொன்று அரசுக்குப் போகவேண்டிய வரிகள். வாங்கி வைத்திருப்பதை விற்று கிடைக்கும் லாபத்திற்கு, குறுகிய கால, நீண்ட கால முதலீட்டு ஆதாயவரிகள் (கேப்பிடல் கெயின்ஸ்) கட்டுவது என்பது வேறு. இங்கே குறிப்பிடப்படும் வரிகள் என்பது வேறு.

ஒரு பங்கை வாங்கும்போதும், விற்கும்போதும் செலுத்தவேண்டிய வரிகள் சில உள்ளன இவற்றைப் பிடித்தம் செய்து அரசுக்குக் கட்டவேண்டிய பொறுப்பு, பங்குச் சந்தைகளுக்கு உண்டு.

முதலாவது செக்யூரிட்டி ட்ரான்ஸாக்க்ஷன் டேக்ஸ் (STT). அடுத்தது, செபி டர்ன்ஓவர் டேக்ஸ். மூன்றாவது, ஸ்டாம்ப் டியூட்டி. நான்காவது மத்திய மாநில GST வரிகள்.

ஒவ்வொரு வாங்குதலுக்கும் விற்றலுக்கும் கட்டியே ஆகவேண்டிய வரிகள் இவை. ரகு கமிஷன் வேண்டுமானால் சில நிறுவனங்களில் குறைவாகவோ இல்லாமலோ கூட இருக்கலாம். ஆனால், எந்த ஒரு வர்த்தகத்திற்கும் வரி கட்டாமல் தப்பிக்க முடியாது.

தரகு கமிஷனையும் சேர்த்து நான் கணக்குப் போட்டுப் பார்த்ததில் அது சுமாராக 100 ரூபாய்க்கு 70 காசு வருகிறது. 100 ரூபாய்க்கு பங்கு வாங்கினால், வரியையும் சேர்த்து 100 ரூபாய் 70 காசு கொடுக்க வேண்டும். 100 ரூபாய்க்கு பங்கை விற்றால், வரிகள் தரவு கட்டணங்கள் போக நமக்கு 99 ரூபாய் 30 காசுதான் கிடைக்கும்.

நூறு ரூபாய்க்கல்ல. சில ஆயிரங்களில் கூட இல்லை. லட்சங்களில், கோடிகளில் செய்கிறவர்கள்தான் அதிகம். அதிலும் 'இன்ட்ரா டே' என்னும் வாங்கிய தினமே விற்பது அல்லது விற்ற தினத்திலேயே வாங்குவது ஆகியவற்றைச் செய்யும் ட்ரேடர்கள் நாட்டில் பெருகிவிட்டார்கள்.

உதாரணத்திற்குப் பார்ப்பதென்றால், TCS ஒரு பங்கு விலை 3250. நூறு பங்குகளை வாங்கினால் மூன்று லட்சத்து 25 ஆயிரம் ரூபாய். விற்றால் மற்றொரு மூன்றே கால் லட்சம். மொத்தம் ஆறரை லட்சம். நூறு ரூபாய்க்கு 70 காசு கூட வேண்டாம். 50 காசு சேர்த்துக்கொண்டால் கூட என்ன ஆயிற்று?

ரூபாய் 4450. இப்படியாக ஒரே நாளில் இரண்டு மூன்று முறை செய்தால்? இந்தக் கட்டணங்கள் மட்டுமே பத்து, பன்னிரண்டு ஆயிரங்கள் ரூபாய் ஆகிவிடும். சில தர நிறுவனங்கள் இண்ட்ராடே வர்த்தகத்திற்கு புரோகரேஜ் இல்லை என்கிறார்கள். (வேறு எதற்கு வியாபாரத்தில் இருக்கிறார்கள்? எப்படி வருமானம் பார்க்கிறார்கள்!) அவர்களிடம் செய்தால் கூட, அதிக அளவில் 'இன்ட்ராடே டிரேட்' செய்தால் வரிகள் மூலமாக பெரிய அளவு பணம் போகத்தான் செய்யும். இது தவிர்க்க முடியாத, கட்டாயம் செய்தாகவேண்டிய, சட்டப்படியான செலவு. இவற்றையும் சேர்த்துதான் பங்கு வர்த்தகத்தில் லாபம் பார்க்க வேண்டும்.

ஆனால், இவற்றைத் தவிர்க்க விரும்பும் சிலர், பங்குச் சந்தைகளுக்கு வராமல் அவர்களுக்குள்ளாகவே பேசி வைத்துக்கொண்டு பங்குச் சந்தையின் விலை நடமாட்டங்களைக் கண்காணித்து, ஒருவர் வாங்க ஒருவர் விற்க என்று வர்த்தகம் செய்கிறார்கள். அல்லது பெயருக்கு ஒன்று இரண்டு பங்குகளை மட்டும் பங்குச் சந்தை மூலம் வாங்கிவிட்டு, அந்த விலையில் அதே நேரம், அதே பங்கை 100 அல்லது 1000 அல்லது அதற்கும் மேலாகக் கூட அவர்களுக்குள் வர்த்தகம் செய்துகொள்கிறார்கள். பின்னர் அந்த வர்த்தகத்தை முடிக்கும்போது லாப நட்டங்களை மட்டும் கொடுத்து முடித்துக்கொள்கிறார்கள்.

இப்படிச் செய்வதற்கு ஓரளவு தரகு கமிஷனும் இருக்கலாம். ஆனால் நிச்சயம் வரிகள் இல்லை. இப்படி அவர்களுக்குள்ளாக பெரிய அளவிலே செய்துகொள்ளும் வர்த்தகங்கள் குறித்து பங்குச் சந்தைகளுக்கோ அரசுக்கோ தெரிய வராது. தவிர, பங்குச்

சந்தைகள் மூலமாக வர்த்தகம் செய்தால் முன்பணம் (மார்ஜின்) கட்ட வேண்டும். அந்த முன்பணத்தைப் போல எத்தனை மடங்கு அவர்கள் இண்ட்ராடே செய்யலாம் என்கிற எக்ஸ்போசர் அளவு ஓரளவாக, தேசியப் பங்குச் சந்தை நிர்ணயித்ததாக இருக்கும். அதைக் காட்டிலும் பல மடங்கு அதிகமான எக்ஸ்போஷரையும் இந்த வெளி வர்த்தகர்கள் அனுமதிக்கிறார்கள்.

இப்படி நடக்கும் வர்த்தகங்களுக்கு 'டாப்பா டிரேடிங்' *(Dabba Trading)* என்று பெயர்.

இது முழுக்க முழுக்க சட்டவிரோதமானது. மாட்டினால் சிறைவாசம் உள்பட பல தண்டனைகள் உண்டு. 'இப்படி செய்பவர்களைத் தெரிந்துகொள்ள நாங்கள் சில வழிமுறைகளை உருவாக்கியிருக்கிறோம். செயற்கை நுண்ணறிவையும் *(AI)* பயன்படுத்துகிறோம். எங்கள் ஆட்கள் சிலரை வாடிக்கையாளர்கள் போலவே அணுகச் சொல்லி *(Mystery Shopping)* அதன் மூலமும் நடப்பதைக் கண்டு வரச் செய்கிறோம். *Whatsapp* மற்றும் *Telegram* போன்ற குழுக்களில் இந்த வர்த்தகத்திற்கு அழைப்பவர்களைக் கண்காணிக்கிறோம்' என்றெல்லாம் தேசியப் பங்குச் சந்தை தெரிவித்திருக்கிறது.

மூன்று புரிதல்கள்.

ஒன்று, பங்குச் சந்தையில் மூலமாகவே வாங்கி விற்றாலும் கூட அடிக்கடி வாங்கி விற்பது என்பது கட்டணங்கள் காரணமாக லாபத்தைக் குறைக்கும். அல்லது நட்டத்தை அதிகப்படுத்தும்.

இரண்டாவது வரி ஏய்ப்பு செய்ய டாப்பா போன்ற வர்த்தகங்களில் ஈடுபடவேண்டாம். மாட்டிக்கொள்ளும் ஆபத்து அதிகரித்திருக்கிறது. தண்டனைகள் கடுமையாக இருக்கின்றன.

மூன்றாவது, டாப்பா டிரேடிங்கில் லாபம் வந்தால் கையில் கிடைக்குமா? ஒழுங்காகத் தருவார்களா என்று தெரியாது. காரணம், அவை வெளிப்படையாக முறையாக நடப்பவையல்ல. பிரச்னையை செபி, நீதிமன்றம் ஆகியவற்றுக்குக் கொண்டுபோக இயலாது. அதே சமயம் நட்டமானால் விடமாட்டார்கள். முரட்டுத்தனாக வசூலிக்கலாம். அதிக எக்ஸ்போஷர் கிடைப்பதால் அளவுக்கு அதிகமாகச் செய்து பெரும் நட்டமடையும் ஆபத்து இருக்கிறது.

4. சிகரெட், மது, F&O டிரேடிங் : நலத்திற்குக் கேடு!

சில வாரங்களுக்கு முன்பு மடிக்கணினியைத் திறந்து எனது பங்குத் தரகு நிறுவனத்தின் தளத்திற்குள் நுழைந்தேன். வழக்கமாகத் தெரியும் திரையை மறைத்தபடி ஒரு பெரிய பேனர் தெரிந்தது. அதில் ஆங்கிலத்தில் சில வாசகங்கள் பெரிதாக எழுதப்பட்டிருந்தன.

- பத்துக்கு ஒன்பது வர்த்தகர்கள் பியூச்சர்ஸ் & ஆப்ஷன் டிரேடிங்கில் நட்டப்படுகிறார்கள்.
- நட்டம் செய்தவர்களின் நட்ட அளவு சராசரியாக நபர் ஒன்றுக்கு ரூ. 50,000.
- இந்த நட்டம் தவிர அவர்களுக்கு வர்த்தகத்திற்கான தரகு கமிஷன், வரிகள் போன்றவற்றுக்காக அவர்கள் வர்த்தகத் தொகையில் 28% செலவாகிறது.
- பியூச்சர்ஸ் & ஆப்ஷன் டிரேடிங்கில் லாபம் பார்க்கிறவர்களுக்குக் கிடைக்கும் லாபத் தொகையில் 15 முதல் 50% வரை பியூச்சர்ஸ் & ஆப்ஷன் வர்த்தகத்திற்கான செலவாகப் போய்விடுகிறது.

என்று எழுதப்பட்டிருந்தது.

புகைப்பதும் குடிப்பதும் உடல் நலத்திற்குக் கேடு என்று சிகரெட் பெட்டிகள் மற்றும் மதுபுட்டிகள் மீது எழுதிவைத்திருப்பதைப் போல அல்லவா பங்குத்தரகு நிறுவன வலைதளத்தில் வர்த்தகம் செய்யப்போகிற இடத்தில் எழுதி வைத்திருக்கிறார்கள்! என்று தோன்றியது.

'புகைப்பதும், அளவின்றித் தொடர்ந்து குடிப்பதும் உடல் நலத்திற்குக் கேடு என்பதில் சந்தேகம் இல்லை. அந்த அளவிற்கா பியூச்சர்ஸ் & ஆப்ஷன் பரிவர்த்தனைகள் நிச்சயக் கேடு!' என்று வியப்பு வந்தது.

உடன் உள்மனது, சொந்த அனுபவம் அப்படித்தானே! என்று நினைவூட்டியது. ஆமாம் அந்த வாக்கியங்கள் சரியானவைதான். பியூச்சர்ஸ் & ஆப்ஷன் செய்த போது சில டிரேடுகள் லாபம்தந்தன. வேறு சில டிரேடுகள் நட்டம் கொடுத்தன. நிகரமாக என்று பார்த்தால் நிச்சயமாக நட்டம்தான்.

சும்மா. எடுத்தோம் கவிழ்த்தோம் என்று இந்த அறிவிப்பு செய்யப்படவில்லை. 2021-22ம் ஆண்டு நம் நாட்டில் தனிநபர்கள் செய்த வர்த்தகங்களை செக்யூரிட்டீஸ் எக்ஸ்சேஞ் போர்ட் ஆப் இந்தியா (செபி) ஆய்வு செய்திருக்கிறது. அந்த ஆய்வில் கிடைத்த அதிர்ச்சிகரமான தகவல்கள்தான் இவை.

முன்னெப்போதும் இல்லாத அளவாக சென்செக்ஸ் 65,000, நிஃப்டி19000க்கும் மேல் உயர்ந்திருக்கும் நிலையிலுமா பலருக்கும் நட்டம்! என்று சிலருக்கு வியப்பாக இருக்கலாம்.

பங்குகளை முதலீட்டுக்காக வாங்கி வைத்திருக்கும் 'இன்வெஸ்டர்'. களுக்கு நட்டம் இருக்காது அவர்கள்தான் இப்படிப்பட்ட உயர்வு காலங்களில் நிச்சய லாபம் பார்க்கிறவர்கள்.

கேஷ் மார்க்கெட்டில் வாங்கி வாங்கி, விற்கும் ட்ரேடர்களும் லாபம் பார்த்திருப்பார்கள். சில டிரேட்களில் நட்டம் வந்திருந்தாலும் இதுபோன்ற தொடர் உயர்வு காலங்களில், 10க்கு ஆறு, ஏழு பரிவர்த்தனைகளில் லாபம் கிடக்கும் வாய்ப்பிருக்கிறது.

இந்த இரண்டிற்கு அடுத்து ஒருவகை அணுகுமுறை உண்டு. அதுதான் பியூச்சர்ஸ் & ஆப்ஷன்.

பியூச்சர்ஸ் & ஆப்ஷன் வகையில் பங்கு பரிவர்த்தனை செய்கிறவர்களால், சந்தை, இறங்குமுகமாகவோ ஏறுமுகமாகவோ எப்படி இருந்தாலும் பணம் பண்ண முடியும்.

காரணம், அங்கே வாங்குவது மட்டுமல்ல. கையில் இல்லாத பங்குகளை விற்று வைத்து (ஷார்ட் போய்), பிறகு விலை இறங்கியதும் வாங்கி, நேர் செய்து லாபம் செய்துகொள்ள முடியும்.

பியூச்சர்ஸ் & ஆப்ஷனில் லாபம் மட்டுமல்ல. அதுதான் முக்கியம். அதுதான் விஷயம் கூட. சந்தை இறங்குமுகமோ ஏறுமுகமோ, இரண்டிலும் நட்டமும் வரும்.

ஒருவரிடம் இருக்கும், அவர் சந்தைக்குள் இறக்கும் பணத்தின் அளவிற்கு ஏற்ப, 'முதலீட்டிலும்' 'டிரேடிங்கிலும்' லாபம் அல்லது நட்டம் ஆகும்.

ஆனால், பியூச்சர்ஸ் & ஆப்ஷனில் கொஞ்சப் பணத்திற்கே பெருத்த லாப வாய்ப்பு மற்றும் கூடுதல் நட்ட ஆபத்தும் உண்டு.

பியூச்சர்ஸ் & ஆப்ஷன் சகோதரர்களில் பியூச்சர்ஸைவிட ஆப்ஷன் கூடுதல் ஆபத்து.

ஆப்ஷன்களை வாங்குவதில், விற்று வைப்பதில் எப்போதாவது மிகப்பெரும் லாபம் கிடைக்கும். அதேபோல மிகப்பெரும் நட்டம் ஆகும் ஆபத்தும் உண்டு.

ஆப்ஷன் பரிவர்த்தனை செய்கிறவர்கள் வாங்குவது அல்லது விற்பது மூலம் என்ன செய்கிறார்கள் என்றால், அவர்கள் குறிப்பிட்ட பங்கு அல்லது ஏதாவது குறியீட்டு எண்கள் அடுத்த சில நாட்களில் எந்த /விலையில் இருக்கும் என்று ஒரு நிலைப்பாடு எடுக்கிறார்கள்.

நிலைப்பாடு எடுக்கிறார்கள் என்றால் அவர்கள் ஊகிக்கிறார்கள். ஊக வர்த்தகம்.

அவர்கள் அப்படிச் செய்வதற்கு வேறு ஒரு பெயரும் உண்டு. அந்தப் பெயர் ஆங்கிலத்தில் சொன்னால், 'கேம்ளிங்'. தமிழில் சொன்னால் சூதாட்டம்.

'பங்குச் சந்தை ஒரு சூதாட்டம் போலவா?' என்று சிலர் கேட்பார்கள்.

முதலீட்டு வாய்ப்புகளை நினைத்து, அதை விரித்துச் சொல்லி, 'இல்லை' என்றுதான் புதியவர்களுக்குப் புரியவைப்போம்.

ஆனால், இந்த பியூச்சர்ஸ் & ஆப்ஷன் என்பதை, சில தனிப்பட்ட, குறிப்பாக சிறு முதலீட்டாளர்கள் பயன்படுத்தும் விதத்தைப் பார்த்தால், சூதாட்டம் போல்தான் தெரிகிறது. அதனால்தான் அவ்வளவு நட்டப்படுகிறார்கள்.

அவர்களுக்கு ஓர் ஆண்டின் புள்ளிவிவரத்தைத் தெரியப்படுத்துவதன் மூலம் செபி எச்சரிக்க நினைக்கிறது. அந்த எச்சரிக்கையைப் பங்கு தரகு நிறுவனங்கள் மூலமே செய்ய ஏற்பாடு செய்திருக்கிறது.

இப்படிப்பட்ட எச்சரிக்கை தேவைதான்.

செபி செய்திருப்பது வரவேற்கப்படவேண்டியது.

பியூச்சர்ஸ் & ஆப்ஷன் ஏன்? கேஷ் மார்க்கெட்டிலேயே நிச்சயம் பணம் பண்ணலாம்.

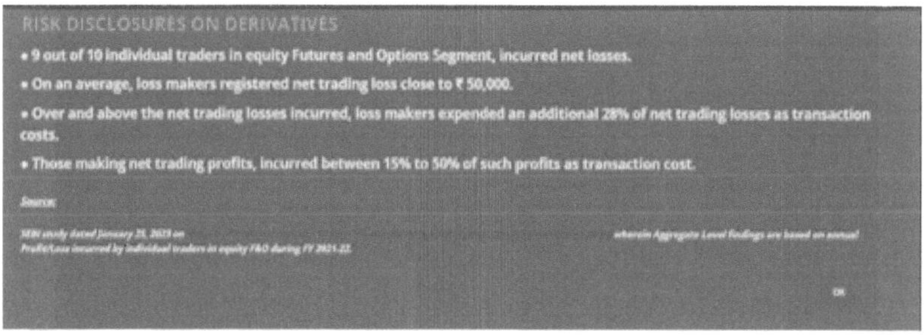

5. விலைகளின் போக்கை முன்கூட்டிக் கணிக்கும் டிரேடர்கள்

கையில் நிறையப் பணம் இருப்பவர்கள் அல்லது தொடர்ந்து நல்ல வருமானம் வருகிறவர்கள் அவ்வப்போது பங்குகளை வாங்கிக்கொண்டே இருப்பார்கள். அவர்களில் சிலர் வாங்கியதை விற்பதே இல்லை. அதுவும் நல்ல மதிப்புள்ள நிறுவனப் பங்குகளை வாங்கிவிட்டால், அதன் பிறகு அது என்ன விலை நடக்கிறது என்பதைக் கவனிப்பதே இல்லை. அவர்கள், 'லாங் டர்ம் இன்வெஸ்ட்டார்'கள்.

அவர்கள் பல பங்குச் சந்தை ஏற்ற இறக்கங்களைப் பார்த்தவர்கள். ஹர்ஷத் மேத்தா ஊழல், கேத்தன் பரிக் பிரச்னை, டாட் காம் பஸ்ட், டிவின் டவர் இடிப்பு, சப்பிரைம் பிரச்னை எனப் பல பங்குச் சந்தை சூறாவளிகளில் அவர்கள் வாங்கிய பங்குகளை விற்காமல் இறுகப் பற்றிக்கொண்டிருந்தவர்கள்.

ஃபாரின் இன்ஸ்டிட்யூட் இன்வெஸ்டார்ஸ், எல்.ஐ.சி மற்றும் பிற காப்பீட்டு நிறுவனங்கள் ஏனைய பெரிய உள்நாட்டு நிறுவனங்கள், பரஸ்பரநிதிகள் தவிர 'மற்றவர்கள்' சேர்ந்ததுதான் பங்குச் சந்தை முதலீட்டுக்களம்.

மற்றவர்கள் என்பதில் 'லாங் டர்ம் இன்வெஸ்டர்'களும் வருவார்கள். ஆனால் அவர்கள் எண்ணிக்கை குறைவுதான்.

'மற்றவர்கள்' என்ற குழுவில் அதிக எண்ணிக்கையில் இருப்போர் டிரேடர்கள்தான். பங்குச் சந்தை தொடர்ந்து உயர்வு காணுகிற நேரங்களில் எந்தப் பங்கு விலை உயர்கிறதோ அதை வாங்குவது. அதிலும் குறிப்பாக அவை உயர ஆரம்பித்தவுடன் வாங்கி, மேலும் சற்று உயர்ந்ததும் விற்று உடனடி லாபம் பார்ப்பது. அடுத்து,

அதுபோன்ற வாய்ப்புதரும் மற்ற சில பங்குகளைத் தேடுவது.

இவர்கள் தனிப்பட்ட நபர்கள், வர்த்தகம் செய்பவர்கள். சந்தை, ஏறுமுகம் அல்லது இறங்குமுகமாக இருக்கிற காலங்களில் மிக வேகமாகவும் அதிகமாகவும் வாங்கிவாங்கி விற்பவர்கள். லாபம் நட்டம் இரண்டும் வரும். ஆனாலும் விடமாட்டார்கள்.

எந்தப் பங்குகளின் விலைகள் உயர வேண்டும் அல்லது இறங்க வேண்டும் என்பதை இவர்கள் முடிவுசெய்வதில்லை. ஆனால், அப்படியெல்லாம் ஆராய்ந்து கணக்கிட்டு, பெரிய நிறுவனங்கள் பரஸ்பரநிதிகள், அந்நிய நாட்டு முதலீட்டாளர்கள் கண்டுபிடித்து வாங்குவதையோ விற்பதையோ கவனிப்பார்கள். பிறகு அந்தப் பங்கின் விலை மாற்றம் (பிரேக் அவுட்) ஆரம்பிக்கும்போது இவர்கள் உடன் இறங்கி, பெரிய அளவுகளில் வாங்குவார்கள்.

அந்தப் பங்கில் தொற்றிக்கொண்டு, அந்தப் பங்கோடு அந்தத் திசையிலேயே பயணிப்பார்கள். ஆங்கிலத்தில் இதை *Piggy back* என்பார்கள். தொற்றிக்கொண்டு போவது.

பஸ் ஸ்டாப்பில் இருந்து பஸ் கிளம்பி நகர ஆரம்பித்ததும் ரன்னிங்கில் ஏறுபவர்கள் போல. பிறகு அவற்றின் விலை மாற்ற வேகம் குறைய ஆரம்பிக்கும்போது பேருந்து வேகம் குறைந்து நிற்கப்போகும் முன் ரன்னிங்கிலேயே இறங்கிவிடுவார்கள்.

இப்படிச் செய்வதால் கிடைக்கும் லாபம் மட்டுமல்ல. அந்த த்ரில் லும் அவர்களுக்குப் பிடிக்கும். அதனால்தான் அவர்கள் பஸ்ஸில் ஏறி வசதியான இடம் பார்த்து அமர்ந்து வண்டி ஆங்காங்கே நின்றாலும் இறங்காமல் தொடர்ந்து பயணிக்கும்- 'லாங் டர்ம் இன்வெஸ்டர் ஆவதில்லை.

இவர்கள் வேலை மொமெண்டம் பங்குகளைத் தேடுவது, டிரேடராகவே பயணிப்பது.

எந்தப் பங்குகள் விலை உயரப்போகிறது, எதை மற்ற பெரிய முதலீட்டாளர்கள் வாங்க ஆரம்பித்திருக்கிறார்கள் என்று பார்ப்பது தவிர, இவர்களுடைய மற்றொரு பங்கு தேர்வு யுக்தி, 'காஸ் & எபெக்ட்' பார்ப்பது.

'இது நடந்தால் அது நடக்கும்' என்பது போன்றது 'காஸ் & எபெக்ட்'. 'காரணங்கள் மற்றும் விளைவுகள்.'

ஒரு நிகழ்வால் எந்தெந்த நிறுவனங்களின் வியாபாரங்கள் குறையும் அல்லது பாதிக்கப்படும். அல்லது கூடும் என்பதை ஏற்கனவே நடந்தவற்றை வைத்து பங்குச் சந்தையில் கணிப்புகள் உண்டு. பல ஆண்டுகளாக இருப்பவர்களுக்குத் தெரியும்.

உதாரணத்திற்கு, ரிசர்வ் வங்கி வட்டி விகிதங்களை உயர்த்தினால், வங்கிப் பங்கு விலைகள் என்ன மாற்றம் காணும்; இந்திய வானியல்துறை, 'மெட்ராலஜிக்கல் டிப்பார்ட்மெண்ட்' நடப்பு ஆண்டில் பருவமழை எப்படியிருக்கும் என்று செய்தி சொன்னால், டிராக்டர் நிறுவனப் பங்குகள் மற்றும் உர நிறுவனப் பங்குகளின் விலைகளில் என்ன மாற்றங்கள் வரும்; டாலர் மதிப்பு கூடினால், ஐடி நிறுவனப் பங்குகளை என்ன செய்வது போன்ற கணிப்புகள்.

இப்படியாக ஒன்றுக்கொன்று நேரடியாக அதிக தொடர்பு 'காரிலேஷன்' இருக்கிற பங்குகளை டிரேடு செய்து பணம் பார்ப்பார்கள். டிரேட் என்பதில் லாங்கும் உண்டு. ஷார்ட்டும். உண்டு.

இப்போது டிரேடர்கள் கண்ணில் படும் இரண்டு 'காரணங்கள்', இந்த ஆண்டு பருவமழை வழக்கத்தைவிடக் குறைவாக இருக்கலாம் மற்றும் தகவல் தொழில்நுட்ப நிறுவனங்கள் ஆள்குறைப்பு செய்யவிருக்கின்றன என்பன.

இந்தக் காரணங்களுக்கான விளைவு, பெரும்பாலும், ஃபாஸ்ட் மூவி கன்ஸ்யூமர் கூட்ஸ் துறை *(FMCG)* யில் விளைவு உண்டாக்கும்.

மழை குறைந்தால் விவசாயமும், உற்பத்தியும் குறைந்து, 'ரூரல்' எனப்படும் கிராமப்புற மக்களுடைய செலவழிப்பு குறையும். அதனால் *FMCG* நிறுவனங்கள் விற்கிற சோப்பு, சீப்பு, பேஸ்ட், பவுடர், பிஸ்கட், துணிமணிகள் போன்றவற்றின் விற்பனை குறையும். என்பது கணிப்பு.

அதேபோல பட்டியலிடப்பட்டிருக்கிற மொத்த நிறுவனங்களில் பணிபுரியும் ஊழியர்களின் மொத்த சம்பளத்தொகையில் மூன்றில் ஒரு பகுதி, ஐடி நிறுவன ஊழியர்களுக்குதான் போகிறது என்பது ஒரு தகவல். அப்படி பெரும்பாலானவர்களுக்கு வேலைவாய்ப்பு தருகிற ஐ.டி துறையில் ஆட்குறைப்பு செய்தால், அது மக்களின் செலவழிக்கும் திறனைக் குறைக்கும் என்பதும், அதிலும் குறிப்பாக *FMCG* துறை நிறுவனங்களின் வியாபாரத்தில் அது எதிரொலிக்கும்

என்பதும் ஏற்கனவே பலமுறை டிரேடர்கள் பார்த்தது.

இவையெல்லாம் எதன் விலை ஏறும் அல்லது இறக்கும் முன்னரே நாம் வாங்கியோ விற்றோ வைக்கலாம் என்று தேடும் டிரேடர்களின் எதிர்பார்ப்பு மற்றும் அணுகுமுறை மட்டுமே. இந்தக் கணிப்பு இந்த முறை தவறாகலாம். அல்லது அதே துறையில் இருந்தும் –'பக் த டிரெண்ட்' என்பார்கள் நிறுவனத்தின் தனிப்பட்ட வலிமையால்/ பலவீனத்தால், சிறப்பான/சுமாரான செயல்பாட்டால், காரணங்கள் இருந்தும் விலை மாற்றம் வராமல் போகலாம்.

டிரேடர்கள் செய்வது யூகம் மட்டுமே. சரியாக வந்துவிட்டால் லாபம். இல்லாவிட்டால் நட்டம்.

'லாங் டர்ம் இன்வெஸ்டர்' களைப் பொறுத்தவரை அவர்கள் வாங்கியிருப்பது மரத்தை. ஒரு சீசனில் காய்ப்பு குறைவதற்காக அவர்கள் மரத்தை விற்பதில்லை. *They remain stay put.*

6. ஷார்ட் செல்லிங்கால் சிறு முதலீட்டாளர்களுக்கு என்ன பாதிப்பு?

பங்குச் சந்தை குறித்து ஒரு புதிய முக்கியச் செய்தி, வெளிவந்திருப்பது பலருக்கும் தெரியுமா என்று தெரியவில்லை. அந்தச் செய்தி, இந்தியா கண்காணிப்பு ஆணையம், செபி வெளியிட்டிருக்கிற ஒரு வழிகாட்டுதல்.

அந்த வழிகாட்டுதல், அந்நிய நாட்டு நிறுவன முதலீட்டாளர்கள் இந்தியப் பங்குச் சந்தைகளில் 'நேக்கட் ஷார்ட் செல்லிங்' செய்யக்கூடாது என்பது.

பங்குச் சந்தையில் வர்த்தகம் செய்துகொண்டிருக்கும் பல புதிய மற்றும் சிறு முதலீட்டாளர்களுக்கு 'ஷார்ட் செல்லிங்' என்பதே கூட என்னவென்று தெரியாமல் இருக்கலாம். அதற்கு மேல் 'நேக்கெட் ஷார்ட் செல்லிங்' என்பது இன்னும் புதியதாக இருக்கும்.

நான் ஒரு சிறு முதலீட்டாளர்: பங்குகளை வாங்குவேன், வைத்திருப்பேன் அல்லது உடனே கூட விற்பேன். சில சமயங்களில் அன்றே விற்றுக்கூட லாபம் பார்க்கும் டிரேடர் கூட. அவ்வளவுதான் அதற்கு மேல் ஏதும் இல்லை அதனால் எனக்கு இந்த ஷார்ட் செல்லிங், நேக்கெட் ஷார்ட் செல்லிங் போன்றவற்றைப் பற்றி எல்லாம் தெரிந்துகொள்ள வேண்டிய அவசியம் இல்லை என்று நினைக்கிறீர்களா?

உங்கள் நினைப்பு ஒருவிதத்தில் சரி, வேறு விதத்தில் தவறு.

நீங்கள் ஒரு நீண்டகால முதலீட்டாளர் என்றால், பங்குகளை தேர்ந்து வாங்கித் தொடர்ந்து வைத்திருந்து லாபம் பார்க்கும் அணுகுமுறை கொண்டவர் என்றால் ஷார்ட் செல்லிங் பற்றி உங்களுக்குத் தெரியவேண்டிய அவசியம் இல்லைதான். இது முதல் விதம்.

இதையே வேறுவிதமாக பார்ப்பது என்றால், 'நான் செய்யாவிட்டாலும் வேறு யாரோ சிலர் ஷர்ட் செல்லிங் செய்கிறார்கள். அதனால், மொத்த சந்தைக்கும் பாதிப்பு வரலாம் என்பது போன்ற காரணங்களினால்தான் செபி இதில் தலையிடுகிறது என நான் புரிந்துகொள்கிறேன். நான் என் பணத்தை முதலீடு செய்கிறேன். என் நேரத்தைச் செலவழித்து, உணர்வுபூர்வமாக உலாவிக்கொண்டிருக்கிற பங்குச் சந்தைக்கு ஏதேனும் பெரிய பிரச்சினை வந்தால், அது குறைந்தபட்சம் தற்காலிகமாகவாவது என்னையும் அது பாதிக்கும். அதனால் அதை நான் புரிந்துகொள்ள முயற்சிப்பேன்' என்பதுபோல யோசிக்கலாம்.

நான் ஏதும் செய்யாமல் அது எப்படி என்னை பாதிக்கும் என்று சில பங்குச் சந்தைக்குப் புதிதாக வந்தவர்கள் அல்லது எத்தனை ஆண்டுகளாக இருந்தாலும் அதுபற்றி அதிகம் அறியாதவர்கள் கேட்கலாம்.

அது ஹர்ஷத் மேத்தா காலத்தில் ஏற்பட்ட வீழ்ச்சியோ, அல்லது கேத்தன் பரீக் காலத்து பங்குச் சந்தை வீழ்ச்சியோ, அல்லது 2008 ல் நடந்த 'சப் பிரைம்' ஆல் நேர்ந்த வீழ்ச்சியோ, எல்லாமே மிகப் பெரிய திடீர் வீழ்ச்சிகள்.

அப்படிப்பட்ட எல்லா பெரு வீழ்ச்சிகளின் போதும், பெரிய முதலீட்டாளர்கள் மற்றும் ட்ரேடர்கள் அவர்கள் வாங்கி வைத்திருந்த பங்குகளை மட்டும் விற்பதில்லை. தவிர, அவர்கள் மட்டும் விற்பதில்லை. அங்கேதான் 'ஷார்ட் செல்லிங்' வாய்ப்பு அதன் கோர முகத்தை காட்டும்.

கையில் இருப்பது, இல்லாதது எல்லாவற்றையும் பெரிய அளவுகளில் விற்பார்கள். கட்டிடத்தில் தீப்பிடித்தால் எப்படி எல்லோரும் அலறி அடித்துக்கொண்டு முட்டி மோதிக்கொண்டு வெளியே ஓடிப்போவார்களோ அதுபோல ஒரு நிச்சயமான பிரச்னை அல்லது ஊழல் என்று தெரியவந்தவுடன் இனி பங்கு விலைகள் கண்டிப்பாக இறங்கிவிடும் என்பதைக் கணித்து, அவர்கள் கைவசம் இருப்பதை முதலில் விற்றுத் தங்களைக் காப்பாற்றிக்கொள்ள முயற்சிப்பார்கள்.

அது தவிர, நடந்துகொண்டிருக்கிற நல்ல விலைகளில் கையில்

இல்லாத பங்குகளையும் விற்று அதாவது ஷார்ட் செல்லிங் செய்து, பிறகு அவர்கள் எதிர்பார்ப்பின்படியே பங்கு விலைகள் விழுந்த பின் வாங்கி கணக்கை நேர்செய்துகொண்டு பெரும் லாபம் பார்க்க முயற்சிப்பார்கள்.

அப்படி நடந்தவைதான் மேலே பார்த்த அத்தனை பெரிய வீழ்ச்சிகளும். அதனால்தான் அப்படி நடந்த ஒன்று இரண்டு நாட்களில், அது அமெரிக்காவோ. ஐரோப்பாவோ அல்லது இந்தியாவோ, கண்காணிப்பாணையங்கள் உடனடியாக அடுத்த சில நாட்களுக்கு 'ஷார்ட் செல்லிங்'கை தடைசெய்யும்.

இப்படிப்பட்ட ஆபத்தான் ஷார்ட் செல்லின் எதற்கு? அதை ஏன் நிரந்தரமாகத் தடைசெய்யக்கூடாது? என்று கேட்கலாம்.

ஒருவர் அவரிடம் இல்லாத பங்குகளை நடப்பு நல்ல விலையில் விற்று அவருக்குக் கிடைக்கும் வாய்ப்பைத் தவறவிடாமல் இருப்பதற்கான ஏற்பாடுதான் ஷார்ட் செல்லிங். அவர் எப்படியும் அவர் விற்ற பங்கை டெலிவரி கொடுத்துதான் ஆகவேண்டும். அப்படியென்றால் அவரிடம் முன்பு எப்படி பங்கு இல்லாமல் இருக்கும் பின்பு எப்படி பங்கு வந்துவிடும் என்று கேட்கலாம்.

உதாரணத்துக்குச் சொல்வதென்றால், சிலர் தங்களுடைய பங்குகளை அடமானம் வைத்து பணம் பெற்றிருப்பார்கள். அந்தப் பங்குக்கு அவர்கள்தான் உரிமையாளர்கள். ஆனால், அந்தப் பங்கு அவர்கள் வசம் இல்லை. அவர்களால் உடனடியாக சந்தைக்கு டெலிவரி கொடுக்க இயலாது. அந்தச் சமயத்தில் அந்தப் பங்கு விலை இறங்கக் கூடும் என்று அவர்களுக்குத் தெரிகிறது. அவர்களுடைய நிலை, விற்க வேண்டும். ஆனால் விற்கமுடியாது.

அப்படிப்பட்டவர்கள் ஷார்ட் செய்துவிட்டு அதற்கு டெலிவரி கொடுக்க விற்க நினைக்காத வேறு சிலரிடமிருந்து பங்கை கடனாக தற்காலிகமாகப் பெற்று டெலிவரி கொடுத்துவிட்டு, அவர்களுக்குப் பின்னால் அடமானத்தில் இருக்கிற பங்குகளை எடுத்தோ அல்லது சந்தையில் வாங்கியோ திருப்பிக்கொடுத்து விடலாம்.

ஆக, அவர்கள் பங்குகளுக்கு உரிமையாளர்கள்தான். கைவசம் உடனடியாக இல்லாமல் இருப்பதை விற்கிறார்கள். அது வெறும்

ஷார்ட் செல்லிங். வேறு சிலரிடம் அந்தப் பங்குகளே இல்லை. ஆனாலும் கூட இருக்கிற சந்தர்ப்பத்தை பயன்படுத்திக்கொண்டு பெரிய லாபம் சம்பாதிக்கும் நோக்கத்தோடு அந்த் பங்குகளை விற்கிறார்கள். இப்படிச் செய்வதற்குப் பெயர் 'நேக்கட் ஷார்ட் செல்லிங்'.

ஆடை அணியாமல் இருப்பது நேக்கட். தங்களிடம் இல்லாத பங்குகளை விற்பது 'நேக்கெட் ஷார்ட் செல்லிங்'.

பங்குச் சந்தையின் பெரிய முதலைகள் நினைத்தால் இப்படி ஒரு குறிப்பிட்ட பங்கை காரணத்தோடு காரணம் இல்லாமல் கூட தனியாகவோ கூட்டு சேர்ந்து தொடர்ந்து விற்றுவிற்று விலை இறக்கலாம். போட்டி நிறுவனங்களை இப்படி முன்பு சிலர் செய்திருக்கிறார்கள்.

சமீபத்தில் சுமார் 100 மில்லியன் டாலர் அளவிற்கு சந்தை மதிப்பில் இறங்கிய அதானி குழுமத்தின் பங்குகள், அப்படி விலை இறங்கியதற்கான காரணம் இதுபோன்ற நேகெட் ஷார்ட் செல்லிங்தான்.

எப்படி அவ்வளவு உறுதியாக அதை நேக்கட் ஷார்ட் செல்லிங் என்று சொல்லமுடியும் என்று கேட்டால், அந்த நிறுவனங்களுடைய ஃபுலோட்டிங் ஸ்டாக் என்று சொல்லப்படும், நிறுவனத்தின் புரமோட்டர்கள் மற்றும் அமைப்புகள் வசம் இல்லாத பங்குகள் எண்ணிக்கை குறைவுதான். அப்படி இருக்க அதைவிட பெருமை எண்ணிக்கையிலான பங்குகளை எப்படி சிலரால் விற்றிருக்க முடியும்?

அதானி நிறுவன, பங்குகள் பட்டியலிடப்பட்டிருந்த காரணத்தினால் அதானி குடும்பத்தினர் மற்றும் நண்பர்கள் மட்டுமல்ல. இன்னும் பல ஆயிரக்கணக்கான இந்திய சிறு முதலீட்டாளர்களும் கூட அந்தப் பங்குகளை வைத்திருந்தார்கள். அந்த திடும் மற்றும் பெரும் விலை இறக்கம் அவர்களையும் பாதித்தது.

தவிர, அதானி குழும பங்குகளுக்கு நேர்ந்தது பிறகு வேறு எந்த நிறுவனப் பங்குகளுக்கும் கூட நடக்கலாம். இப்படியாக பெரும் மார்க்கெட் கேப்பிட்டலைசேஷன் கொண்ட பல நிறுவனங்களின் பங்குகளுக்கு ஒருசேர நடந்தால் அது மொத்தப் பங்குச் சந்தையின் வீழ்ச்சியாகக்கூட அமையலாம்.

அப்படிப்பட்ட வீழ்ச்சிகளின் பாதிப்பு மிகப் பெரியதாக இருக்கும். அவற்றைத் தவிர்க்கத்தான் செபி நேக்கெட் ஷார்ட் செல்லிங்கை தடைசெய்கிறது. வெறும் ஷார்ட் செல்லிங்கை அல்ல. வெறும் ஷார்ட் செல்லிங் செய்ய அன்னிய முதலீட்டு நிறுவனங்கள் விரும்பினால் அந்தத் தகவலை டிரேட்டுக்கு முன் தெரிவிக்கவேண்டும் என்றும் செபி சொல்கிறது. இன்னும் மேல் விவரங்கள் வரவேண்டியிருக்கிறது. பொறுத்திருப்போம். புரிந்துகொள்வோம்.

சந்தை

7. வலுவிழக்குமா, வெளுத்துவாங்குமா?
—உருவாகிறது ஒரு பங்குச் சந்தைப் புயல்

பங்குச் சந்தை ஏற்றத்தாழ்வுகளுக்குப் புகழ் பெற்றது. அதை 'சந்தை அபாயங்கள்' என்று வெளிப்படையாக விளம்பரம் கூட செய்கிறார்கள். அதையும் தாண்டி மக்கள், புதியவர்கள் கூட நுழைவார்கள், முதலீடு செய்வார்கள். காரணம், அது உள்வைத்திருக்கும், 'பெரும் பணத்தை விரைவாக சம்பாதிக்க கூடிய வாய்ப்பு'.

சம்பாதிக்கும் வாய்ப்புடன் வேகமாக பணத்தை இழக்கும் ஆபத்தையும் அது உள் வைத்திருந்தாலும் மக்கள் கவரப்படுவது அது தரும் வாய்ப்பினால்தான்.

அமெரிக்க, ஐரோப்பிய மற்றும் ஆசியப் பங்குச் சந்தைகள் பலவும் கொரோனா என்ற பிரச்னையை விழுங்கி செரித்துவிட்டு, இப்போது உயர்ந்த நிலையில் இருக்கின்றன. இந்த நிலை தொடருமா அல்லது இடையில் விழுந்து எழுமா? என்பது 8,200 கோடி ரூபாய் கேள்வி. (ஏன் எப்போதும் 'பில்லியன் டாலர் கொஸ்டின்' என்றேதான் சொல்லவேண்டுமா!)

'எல்லாம் நன்றாக இருக்கிறது. பங்குச் சந்தை இனி தொடர்ந்து உயரத்தான் போகிறது' என்று எப்போதுமே உறுதியாகச் சொல்லமுடியாது. சந்தையை பாதிக்கக்கூடிய கத்தி போன்ற ஏதாவது ஒன்று எப்போதும் தலைக்கு மேல் தொங்கிக்கொண்டேயிருக்கும். தைரியமாக பெரிய அளவில் முதலீடு செய்யவிடாது.

இப்போது தொங்கிக்கொண்டிருக்கும் ஒரு, 'ஆனாலும் ஆகலாம்' என்கிற அப்படிப்பட்ட ஒரு கத்தியின் பெயர், 'டெட் சீலிங் கிரைசிஸ்' அப்படி ஒரு கத்தி இப்போது தொங்கிக்கொண்டிருக்கிறது.

சில நாட்களுக்கு முன்பு வங்கக்கடலில் ஒரு காற்றழுத்தத் தாழ்வு நிலை உருவாகியிருந்தது. அது மொக்கா என்ற புயலாக மாறி, தமிழ்நாட்டைத் தாக்கலாம் என்ற எச்சரிக்கை 17 மாவட்டங்களுக்கு விடப்பட்டது. எதிர்கொள்ளப் பல முன்னேற்பாடுகள் செய்தார்கள். ஆனால், திசைமாறிய புயல், தமிழ்நாட்டைத் தாக்கவில்லை. (மியன்மாரும் வங்கதேசமும் பாவம். அங்கே போய்விட்டது).

மொக்கா புயல் திசை மாறியது. தமிழகம் தப்பித்தது. வேறு சில புயல்கள் அவையாக வலு இழந்துவிடும். அப்படி பங்குச் சந்தைகளை மட்டுமல்ல. தொடர்புள்ள பிற பொருளாதார நடவடிக்கைகளிலும் பெரும் சேதம் விளைவிக்கலாம் என்று அஞ்சப்படுகிற 'அமெரிக்கன் டெட் சீலிங் கிரைசிஸ்' என்கிற காற்றழுத்தத் தாழ்வுமண்டலம் உருவாகியிருக்கிறது. அது புயலாக மாறி, தாக்குமா அல்லது வலுவிழந்து சேதாரம் செய்யாமல் கடந்துபோய்விடுமா? என்பதுதான் அந்தப் பெரிய கேள்வி.

ஹலோ... எல்லாம் சரி. அதென்ன அவ்வப்போது 'டெட் சீலிங் கிரைசிஸ்' என்று சொல்லி அச்சப்படுத்துகிறீர்கள் என்று கேட்கலாம். அதென்ன அமெரிக்கன் டென் சீலிங் கிரைசிஸ்?

★★★

தமிழக அரசு வாங்கியிருக்கும் கடன் அதிகம் என்கிறோம். நம் ஒவ்வொருவர் தலைமீதும் இவ்வளவு என்று கணக்கிட்டு சிலர் பயமுறுத்துகிறார்கள். மத்திய அரசும் நிறைய கடன் வாங்கியிருக்கிறது. அது, இவ்வளவு அவ்வளவு என்று அச்சமூட்டுகிறார்கள். ஆனால், இவையெல்லாம் ஒன்றுமே இல்லை. ஜுஜுபி என்பது போல கடன் மேல் கடன் வாங்கி செலவழித்துக்கொண்டு, ஆனாலும் கால் மேல் கால் போட்டுக் கொண்டு, ஜம்பமாக மற்றவர்களை அதட்டிக்கொண்டிருக்கிற ஒரு மாபெரும் அரசாங்கம் இருக்கிறது. பெயர் தெரியுமல்லவா? அமெரிக்க அரசு.

அதுவும் பற்றாக்குறை பட்ஜெட்டுகள் போட்டுக்கொண்டு, ஒவ்வொரு ஆண்டும் அதன் வரவுக்கு மேல் செலவு செய்கிறது.

ஒவ்வொரு ஆண்டும் அமெரிக்க அரசு வாங்கும் கடன் மிக அதிகம். இப்படி பல ஆண்டுகளாக வாங்கி அமெரிக்க அரசு வாங்கியுள்ள மொத்தக் கடன் அளவு (அள வுக்கு பதில் இழ போட்டுக்கொள்ளலாமோ), 31.5 டிரில்லியன் அமெரிக்க டாலர்கள். அதாவது முப்பத்து ஒன்றரை லட்சம் கோடி டாலர்கள். ஒரு டாலர் = 82 ரூபாய்.

அதனால் என்ன! பெரிய வளமான நாடு, பெரிய பொருளாதாரம். கூடுதல் கடன் இருந்தால் என்ன என்று எளிதாக கடந்து போகமுடியாது. 'எறும்பும் தன் கையால் எண் ஜாண்' என்பார் அவ்வை. அதுபோல ஒரு அரசின் கடன் எவ்வளவு இருக்கலாம் என்பதை கணக்கிட ஒரு வழி வைத்திருக்கிறார்கள். நாட்டின் ஓராண்டு உள்நாட்டு உற்பத்தி மதிப்பான GDP போல எவ்வளவு கடன் என்று பார்க்கிற கணக்கீடு.

தமிழக அரசு வாங்கியிருக்கிற மொத்த கடன், அதன் SGDP யில் 26 சதவீதம். இந்திய அரசுக்கு இருக்கும் மொத்த கடன் GDP யில் 57 சதவீதம், ஆனால், அமெரிக்கா அரசு வாங்கியுள்ள மொத்த கடன், அதன் ஓராண்டு GDP மதிப்பில் 123 சதவீதம். இது ஆபத்தான நிலை.

ஏற்கனவே அமெரிக்கா அரசாங்கத்தின் மொத்தக் கடனளவு எவ்வளவு இருக்கலாம் எதற்கு மேல் போகக்கூடாது என்பதை திட்டமிட்டு, 31.5 பில்லியன் ட்ரில்லியன் டாலர் என்று அனுமதி வாங்கி வைத்திருக்கிறார்கள். அந்த அளவை நடப்பு மே மாத ஆரம்பத்திலேயே தொட்டாகிவிட்டது. அதற்கு மேல் கடன் வாங்கவேண்டுமென்றால் மீண்டும் மசோதா கொண்டுவந்து, அதை நிறைவேற்ற வேண்டும். அதற்கு எதிர்க்கட்சி உறுப்பினர்களின் ஆதரவும் வேண்டும். அப்படி ஓர் அனுமதி கிடைக்காதவரை அமெரிக்க அரசால் 'டிரஷரி பாண்டு'கள் போன்றவற்றை வெளியீட்டுக்குக் கூட கடன் வாங்க முடியாது. ஏற்கனவே வழங்கியுள்ள பாண்டுகளுக்கு வட்டி கொடுக்க முடியாது.

அதுமட்டுமல்ல. பணம் இல்லை என்றால் அமெரிக்கா அரசாங்கம் அதன் ஊழியர்களுக்கு சம்பளம் கொடுக்க முடியாது. பணி செய்து முடித்தவர்களுக்கு கொடுத்துக்கொண்டிருக்கும் ஓய்வூதியம் நின்றுவிடும். அரசனுடைய எந்தத் திட்டங்களுக்கும் கஜானாவில் இருந்து பணம் போகாது. எனவே உதவித் தொகைகள் பெறும்

அனைத்து அரசு நலத்திட்டங்களும் பிற செயல்பாடுகளும் பணமின்றி ஸ்தம்பித்துப் போகும். (அய்யய்யோ!)

அப்படி ஒரு நிலை ஏற்பட்டால், உலக முதலீட்டாளர்களுக்கு அமெரிக்க அரசின் மீது இருக்கிற நம்பிக்கை குறைந்து போய், அமெரிக்கா வெளியிடுகிற அதனுடைய 'டிரஷரி பில்' போன்றவற்றிற்கும் அமெரிக்க நாணயமான டாலருக்கும் மதிப்பு (ரேட்டிங்) குறைவு ஏற்படும். அந்த மதிப்பு குறைவு என்பது உலக சந்தைகளுக்கு மிகப்பெரிய மோசமான செய்தி. அதுதான் பலரும் அச்சப்படும் கத்தி. வீசக்கூடும் என்று பயப்படுகிற புயல்.

அமெரிக்காவிற்கே இப்படி ஒரு நிலையா என்று கேட்டால், ஆமாம். அமெரிக்க அரசின் செலவுகள் அப்படி என்றுதான் சொல்லமுடியும். (இதுல ஊர் பஞ்சாயத்தெல்லாம் வேற).

அதேசமயம், அமெரிக்காவிற்கு இப்படிப்பட்ட 'கடன் உச்சவரம்பைத் தொட்டுவிட்ட' கிரைசிஸ் புதியதல்ல. இப்படியாக அவர்களே அனுமதித்துக்கொள்ளும் கடன் உச்சவரம்பு அளவை 1960 ஆம் ஆண்டு முதல் பலமுறை தொட்டு, தவித்து, உயர்த்திக்கொண்டிருக்கிறார்கள். (எப்பவுமே இப்படித்தானா!)

2011 மற்றும் 2013 ஆம் ஆண்டுகளில் செய்திருக்கிறார்கள். எதிர்க்கட்சியான குடியரசுக் கட்சியினரின் ஆதரவும் இருந்தால்தான் உச்சவரம்பு உயர்த்தும் மசோதாவை நிறைவேற்ற முடியும். ஜனநாயகக் கட்சியின் ஆட்சி நடக்கிறது. அதிபராக ஜோ பைடன்.

இப்பொழுது நிலைமை சற்று வித்தியாசமாக இருக்கிறது. காரணம், அடுத்த ஆண்டு நடைபெற இருக்கும் அமெரிக்க அதிபர் தேர்தல். கடன் அளவை உயர்த்தி அதிபர் ஜோ பைடனைத் தாராளமாகச் செலவு செய்ய அனுமதிக்க எதிர்க்கட்சிக்கு விருப்பமில்லை. (அதானே) குடியரசுக் கட்சியினர் முதலாளித்துவ ஆதரவாளர்கள்.

பைடன் அரசுக்குப் பெரும் பணம் செலவு செய்யும் வாய்ப்பிருந்தால், அது கொடுக்கும் மான்யங்கள், செய்யும் கல்விக்கடன் தள்ளுபடி போன்ற (அங்கேயுமா)), பல நலத்திட்டங்களைத் தொடர்ந்து செய்து, ஜனநாயகக் கட்சி தேர்தலில் ஜெயிக்கும் வாய்ப்பை அதிகரித்துக்கொள்ளும். அதை ஏன் சுலபமாக விட்டுக்கொடுக்க வேண்டும் என்று நினைத்தோ என்னவோ. 'உங்கள் இஷ்டத்திற்கு நீங்கள் செலவு செய்வதற்கெல்லாம்

இங்கே நாங்கள் ஆதரவு கொடுத்து கடன் அளவை உயர்த்த முடியாது. உயர்த்தவேண்டுமென்றால், நீங்கள் நாங்கள் சொல்கிற பல்வேறு செலவுகளை நிறுத்தவேண்டும்' என்று நிபந்தனைகள் விதிக்கிறார்கள். *(அட இதெல்லாம்கூட சத்தியமா!)*

'இதற்கெல்லாம் நாங்கள் ஒப்புக்கொள்ளமாட்டோம். மசோதா நிறைவேறாமல் போய் அமெரிக்கா கொடுக்கவேண்டிய தொகைகளை நேரத்தில் கொடுக்க முடியாமல் போனால், அதன் விளைவுகள் மோசமாக இருக்கும். அதற்கு நீங்கள்தான் பொறுப்பு என்று பைடன் குடியரசுக் கட்சியினரை எச்சரிக்கிறார்.

இருதரப்புக்கும் இடையே பேச்சுவார்த்தை நடக்கிறது, நடந்துகொண்டே இருக்கிறது. ஜூன் ஒன்று நெருங்கிக் கொண்டிருக்கிறது. இன்னும் முடிவுக்கு வரவில்லை. அமெரிக்க அதிபர் ஜி 7 மாநாட்டில் கலந்துகொள்ள ஜப்பான் சென்றிருக்கிறார். அங்கிருந்து ஆஸ்திரேலியா போவதை ரத்து செய்துவிட்டு அவசரமாக அமெரிக்கா திரும்புகிறார். மீண்டும் பேசுவார்கள்.

ஒருகால் எல்லாம் சுமுகமாக முடிந்துவிட்டால், மையம் கொண்டிருக்கும் புயல் வலுவிழந்துவிடும். பங்கு மற்றும் பிற சந்தைகள் கொண்டாடும். மாறாக, இரண்டு கட்சிகளுக்கு இடையே கருத்து ஒற்றுமை வராமல் கடைசி நேர சமரச முயற்சிகள், பேச்சுவார்த்தைகள் தோல்வியில் முடிந்து, ஓரிரு நாட்களுக்கு அமெரிக்க அரசிடம் பணம் இல்லாமல் போய் ஊதியம் போன்றவை தாமதமானால் கூட, அது மிகப்பெரிய செய்தியாகப் பார்க்கப்பட்டு, பொருளாதாரச் சந்தைகளில் கலவரத்தை உண்டாக்கும்.

அந்தப் பிரளயம் அமெரிக்கப் பங்குச் சந்தைகளோடு நிற்காது. ஐரோப்பியச் சந்தைகளுக்கு பரவுவதோடு முடிந்துவிடாது. ஆசியப் பங்குச் சந்தைகளுக்கும் வரும். நமது பங்குச் சந்தைகளும் விதிவிலக்கல்ல. குறைந்தபட்சம் சில நாட்களுக்கேனும் நம் பங்குச் சந்தைக் கப்பலும் தள்ளாடக்கூடும்.

எனவே 'அமெரிக்கன் டெட் சீலிங் கிரைசிஸ்' மீது ஒரு கண் வையுங்கள்.

தேவை எச்சரிக்கை.

8. இப்ப மார்க்கெட் எப்படி இருக்கு? ஏதாவது வாங்கலாமா?

பொது இடங்களில் சந்திக்கிறவர்களில் பெரும்பாலானவர்கள் என்னிடம் கேட்கும் ஒரு கேள்வி,

“இப்ப மார்க்கெட் எப்படி இருக்கு? ஏதாவது வாங்கலாமா?”

இப்படிக் கேட்பவர்கள் அனைவருமே சிறு முதலீட்டாளர்கள் அல்ல. சிலர், பெரிய நிறுவனங்களில் உயர் அதிகாரிகளாக மட்டுமில்லை. தலைமை அதிகாரிகளாகப் பணியாற்றிவிட்டு ஓய்வு பெற்றவர்களும் உண்டு.

இப்படிப்பட்ட கேள்விகள் எனக்கு ஒன்றை மீண்டும் மீண்டும் ஊர்ஜிதப்படுத்துகின்றன. அது, மக்களில் பெரும்பாலானவர்கள் பங்குச் சந்தையை ஒரு ‘குறிப்பிட்ட கால வர்த்தக வாய்ப்பாக’ மட்டுமே பார்க்கிறார்கள் என்பதுதான். அதாவது, பங்குகள் விலை உயரும் முன்பு வாங்கிவிடுவதும், அவை விலை உயர்ந்து முடிந்தபின், சரியாக விற்று லாபம் எடுப்பதும்தான் அவர்களுடைய நோக்கம், அணுகுமுறை. நல்ல பங்குகளைத் தேர்வுசெய்து நீண்டகாலம் வைத்திருந்து நல்ல பலனை அனுபவிப்பதில்லை.

அதனால்தான் மார்க்கெட் இப்ப எப்படி இருக்கிறது என்று கேட்கிறார்கள். வாங்க சரியான நேரம் தேடுகிறார்கள்.

வாங்கியது எல்லாம் விலை உயர்வது மற்றும் உடனடியாக விலை உயர்வது என்பன எப்போதாவது நடக்கலாம். எல்லா நேரங்களிலும் நடக்காது. ஆனால், மக்களில் பெரும்பாலானவர்கள் அவர்களால் இந்த சாகசத்தைச் செய்யமுடியும் என்று நம்புகிறார்கள். அதைச் செய்யவே சந்தைக்கு வருகிறார்கள். தொடர்ந்து முயற்சித்துப் பணம் இழக்கிறார்கள்.

அவர்கள் அப்படி எதிர்பார்க்க என்ன காரணம்?

பங்குச் சந்தையைத் தவிர வேறு எந்தச் சந்தையிலும் வெகு விரைவாக அதிக பணம் சம்பாதிக்க முடியாது. சில பங்குகளின் விலைகள் சில சமயங்களில் மடமடவென உயரும் என்பது உண்மை. அவர்கள் உணர, ஒப்புக்கொள்ளத் தவறுவது, வேறு சமயங்களில் சில பங்குகளின் விலைகள் சட சட சடவென இறங்கும். அதனால் படு வேகத்தில் பெரும் அளவுகளில் பங்குச் சந்தை தவிர வேறு எந்தச் சந்தையிலும் பணத்தை இழக்கமுடியாது. இதுவும் உண்மை.

சரி. அவர்கள் கேட்ட, “இப்ப மார்க்கெட் எப்படி இருக்கு?” என்ற கேள்விக்கு நான் சொன்ன பதில் என்ன?

“கொஞ்சம் நல்லாத்தான் இருப்பதாகத் தெரிகிறது”

இப்படி நினைக்கச் சொல்ல என்ன காரணம்?

ஒன்றல்ல. சில காரணங்கள். முதலாவது, சமீப மாதங்களில் பங்குச் சந்தை பெரிதாக உயரவில்லை. அதே சமயம், பெரிதாக இறங்கவும் இல்லை. இத்தனைக்கும் கடந்த சில மாதங்களில் பங்குச் சந்தை இறங்குவதற்கு பல காரணங்கள் அவ்வப்போது வந்து போயின. ஆனாலும் கூட இந்தியப் பங்குச் சந்தைகள் ஓரிடத்தில் அழுத்தமாக உட்கார்ந்துகொண்டுவிட்டது போலிருந்தது. சாயவில்லை, விழவில்லை. எழவில்லை, எழுந்து ஓடவும் இல்லை.

ஆக, இப்படிச் சிறு சிறு மாற்றங்களுடன் எந்தச் செய்திக்கும் முக்கியத்துவம் கொடுக்காமல் பங்குச் சந்தை ஒரு குறிப்பிட்ட வரம்புகளுக்கு உள்ளாகவே ‘ரேஞ்ச் பவுண்ட்’ ஆக பல மாதங்களாக இருப்பதைப் பார்த்தால் இது ஒரு ’கன்சாலிடேஷன்’ னோ என்று நினைக்கத் தோன்றுகிறது.

கன்சாலிடேசனுக்குப் பிறகு ஒரு ‘பிரேக் அவுட்’ வரும். அந்த ’பிரேக் அவுட்’ மூலம் விலைகள் மேல் பக்கமாக உடைத்துக்கொண்டு உயரலாம். அல்லது கீழ்ப்பக்கமாக உடைத்துக்கொண்டு விழலாம். அது அடுத்தடுத்து வரும் தகவல்களைப் பொறுத்து திசை அமையும்.

தகவல்கள் எப்படியிருக்கக்கூடும் என்பதற்கு ஏதும் சமிக்ஞைகள் உண்டா?

உண்டு. தற்போது வெளிவந்துகொண்டிருக்கும் பெரும்பாலான நிறுவனங்களின் 2022-23நிதி ஆண்டின் கடைசி காலாண்டு

முடிவுகளில் பல மிக நன்றாக இருக்கின்றன. ICICI Bank, Axis Bank, Bajaj Auto, Maruti Suzuki, Nestle, எல்ஐசி, ஐடிசி டாடா மோட்டார் ஸ்டேட் பேங்க் ஆப் இந்தியா, பேங்க் ஆப் பரோடா, பாரத் எலக்ட்ரானிக்ஸ் என பல நிறுவனங்கள் நல்ல ரிசல்ட் கொடுத்திருக்கின்றன. முதலீடாளர்கள் அட! என புருவம் உயர்த்தும் வகையில் பெரும் லாபம் ஈட்டி இருக்கின்றன.

அடுத்து, வெளிநாட்டு முதலீட்டாளர்களான, எப்.பி.ஐ.கள் தொடர்ந்து இந்தியப் பங்குகளை வாங்கிக்கொண்டே இருக்கிறார்கள் என்கின்றன புள்ளி விவரங்கள். நடப்பு மே மாதம் மட்டும் நிகரமாக, 37 ஆயிரம் கோடி ரூபாய்க்கு வாங்கியிருக்கிறார்கள்.

அவர்கள் அப்படி வாங்குவதற்குக் காரணங்கள் இல்லாமல் இல்லை. முதலாவது, அமெரிக்காவில் ரிசஷன் மற்றும் அமெரிக்க பெடரல் ரிசர்வ் வட்டி விகித உயர்வு ஆகிய இரண்டுக்குமான ஆபத்துகளுக்குமான சாத்தியம் தொடர்ந்து குறைந்துகொண்டே வருகிறது. பெடரல் ரிசர்வ் வட்டி விகிதத்தை அதிகரிக்காமல், குறைக்க ஆரம்பித்தால், அமெரிக்க டாலர் மதிப்பும் குறையும். அதனாலும் அன்னிய முதலீட்டாளர்கள் கரன்சி சந்தியில் இருந்து டாலரை எடுத்து இந்தியா போன்ற நாட்டுப் பங்குகளில் முதலீடு செய்கிறார்கள்.

அதே சமயம் இந்தியாவினுடைய உள்நாட்டு உற்பத்தி மதிப்பு- ஜிடிபி- உயர்வு மட்டும் அல்ல. ஐ.ஐ.பி., பர்சேஸ் மேனேஜர்ஸ் இண்டெக்ஸ் போன்ற சில பொருளாதாரச் சுட்டிகளும் (மேக்ரோ இண்டிகேட்டர்கள்) பிரகாசமாகி வருகின்றன.

ஏப்ரல் 23ல் ஜிஎஸ்டி வருமானம் மாதத்துக்கு 1.87 லட்சம் கோடியாக உயர்ந்திருப்பது தவிர, பணவீக்கமும் குறைந்து வருகிறது. அதன் காரணமாக ரிசர்வ் வங்கி, வட்டி விகிதங்களைக் குறைக்கலாம். அப்படி வட்டி விகிதங்கள் குறைக்கப்பட்டால், நிறுவனங்களின் வட்டி செலவு குறைந்து, லாபம் மேலும் அதிகரிக்கும்.

நிறுவனங்களின் லாபம் அதிகரித்தால் அவை மத்திய அரசுக்குக் கூடுதலாக வரி கட்டும். தவிர, பொதுத்துறை நிறுவனங்களில் இருந்து அரசுக்கு டிவிடெண்ட் ஆக வருகிற தொகைகளும் கூடும். இவற்றால் பற்றாக்குறை குறையும்.

இந்த ஆண்டு பருவமழை வழக்கமான அளவில் இருக்கும் என்பதால், 'ரூரல் டிமாண்ட்' நன்றாகவே இருக்கும் என்று கணிக்கப்படுவதும் மற்றொரு காரணம்.

இப்படிப்பட்ட காரணங்களை வைத்துத்தான், இப்போதைக்கு பலவும் நன்றாக இருப்பதாகத் தோன்றுகிறது என்று சொன்னேன்.

என் ஐந்து சொற்கள் கொண்ட பதிலில் முதல் சொல்லை கவனித்தீர்கள்தானே!?

அந்தச் சொல், 'இப்போதைக்கு' என்பது.

அந்தச் சொல்லைத் தாண்டியும் பங்கு முதலீட்டில் வெற்றிபெற என்ன செய்ய வேண்டும் என்கிற ஒரு அனுபவ மொழியும் சொல்லவா?

தேர்ந்து வாங்கினால், சோர்ந்து போகமாட்டோம். எந்தக் காலத்திலும்.

எனவே தேர்ந்து வாங்குங்கள்.

9. ரிஸ்க் எடு– கொண்டாடு

கடந்த வாரம் இந்தியப் பங்குச் சந்தைகள் புதிய உச்சங்களைத் தொட்டிருக்கின்றன. பங்குச் சந்தை நிலவரம் தற்சயம் நன்றாக இருப்பதாக முந்தைய வாரங்களில் குறிப்பிட்டிருந்தோம்.

கடை திறந்திருக்கிறது. நம்மிடம் பணம் இருக்கிறது. எதை வாங்கலாம்?

கடையில் எவ்வளவோ இருக்கும். எதையாவதையா? நமக்குத் தேவையானவற்றைத்தானே, விலையைப் பார்த்துத்தானே வாங்குவோம். தற்போது பங்குகள் வாங்குவதையும் அப்படித்தான் செய்யவேண்டும்.

அதே எச்சரிக்கையைத் திரும்பத் திரும்பச் சொல்ல வேண்டியிருக்கிறது. எல்லாம் அனுபவம் தந்த பாடம்.

2022 ஆம் ஆண்டு இறுதியில், தேசியப் பங்குச் சந்தை என்எஸ்சி யில் மொத்தம் 2113 நிறுவனங்களும், மும்பை பங்குச் சந்தை பிஎஸ்சி யில் சுமார் 5000 நிறுவனப் பங்குகளும் பட்டியலிடப்பட்டிருக்கின்றன. எதையும் வாங்கலாம்.

இவற்றில் எதை வாங்குவது எவற்றைத் தவிர்ப்பது?

நிறுவனத்தின் வியாபாரம், லாபம், டிவிடெண்ட் போன்றவற்றைப் பார்த்தது தவிர, இன்னும் சிலவற்றையும் பார்த்து சிலர் வாங்குகிறார்கள். பரஸ்பர நிதிகள் உள்பட. அந்தச் சிலவற்றில் ஒன்றின் பெயர், ‘மார்க்கெட் கேப்பிட்டலைசேஷன்’

நீங்கள் பங்குச் சந்தைக்கு புதியவரா அல்லது வயதானவரா அல்லது உங்களால் இனி ரிஸ்க் எடுக்க முடியாதா? அல்லது நீங்கள் உங்கள் பணத்திற்கு ரிஸ்க் எடுக்க விரும்பவில்லையா என்றெல்லாம் கேட்டுவிட்டு, ஆம் என்று பதில் வந்தால், "நீங்கள் லார்ஜ் கேப் பங்குகள் வாங்குவதோடு நிறுத்திக்கொள்ளுங்கள். மிட்கேப் நிறுவனப் பங்குகளைத் தவிர்த்துவிடுங்கள். ஸ்மால் கேப் பங்குகள் வேண்டவே வேண்டாம் என்பார்கள். நான் பல புதியவர்களுக்குச் சொன்ன அறிவுரையும் இதுவேதான்.

'லார்ஜ் கேப்' என்பது, 'லார்ஜ் மார்க்கெட் கேப்பிட்டலைசேஷன்' என்பதும் சுருக்கம். ஒரு நிறுவனத்தின் வெளியிடப்பட்டிருக்கிற பங்குகளின் எண்ணிக்கையை, அந்த நிறுவனப் பங்கின் சந்தை விலையை பெருக்கினால் வரும் மொத்த தொகைக்குப் பெயர் 'மார்க்கெட் கேப்பிட்டலைசேஷன்.'

உதாரணத்திற்கு. ஒரு நிறுவனம் 1000 பங்குகள் வெளியிட்டிருக்கிறது. ஒரு பங்கின் விலை நூறு ரூபாய் நடக்கிறது என்றால் அந்த குறிப்பிட்ட நிறுவனத்தின் 'மார்க்கெட் கேப்பிட்டலைசேஷன்' ஒரு லட்சம் ரூபாய். மறுநாள் பங்கு விலை 110 ஆக உயர்ந்தால், மார்கெட் கேப்பிடலைசேஷன் லட்சத்து 10 ஆயிரம் ரூபாய். அதுவும் உயரும்.

இந்த வகையில் பட்டியலிடப்பட்டிருக்கிற எல்லா நிறுவனங்களுடைய தனிப்பட்ட மார்க்கெட் கேப்பிடலைசேஷனையும் கணக்கிட்டு, மிக அதிகத் தொகையிலிருந்து, குறைவான தொகை வரை பட்டியலிட்டு, அதில் முதல் 100 இடங்களில் இருக்கும் நிறுவனங்களை 'லார்ஜ் கேப் நிறுவனங்கள்' என்று உயர்த்தி வைத்திருக்கிறார்கள்.

அடுத்து, பட்டியலில் 101 வது முதல் 250 வரை இருக்கிற நிறுவனப் பங்குகளை, மீடியம் சைஸ் எனும் பொருள்பட 'மிட் கேப் நிறுவனப் பங்குகள்' என்கிறார்கள். ரேங்க் 251லிருந்து மற்ற அனைத்தும் 'ஸ்மால் கேப் நிறுவனப்பங்குகள்.'

ரிலையன்ஸ் இண்டஸ்டிரீஸ், டாடா கன்சல்டன்சி சர்விசஸ், டாட்டா ஸ்டீல், எச்டிஎப்சி வங்கி, இன்போசிஸ் போன்றவை எல்லாம் முதல் 100 இடங்களில் வந்துவிடக்கூடிய 'லார்ஜ் கேப்' நிறுவனப் பங்குகள்.

அதிகம் ரிஸ்க் எடுக்க விரும்பாத முதலீட்டாளர்களுடைய பணத்தை பரஸ்பர நிதிகள் கூட இப்படிப்பட்ட 'லார்ஜ் கேப்' பங்குகளில் மட்டுமே அதிகம் முதலீடு செய்கின்றன.

பங்குச் சந்தை முதலீடுகளைப் பொறுத்தவரை லாபம் மற்றும் ரிஸ்க் ஆகிய இரண்டும் ஒன்றோடு ஒட்டிப் பிறந்த இரட்டைக் குழந்தைகள். அதிக லாபம் தேவை என்றால் அதிக ரிஸ்க் எடுத்தாக வேண்டும். ரிஸ்க்கே வேண்டாமென்றால், அதிக லாபமும் எதிர்பார்க்கக் கூடாது.

லார்ஜ் கேப் எனப்படும், வெளிப்படையாக பலருக்கும் தெரிந்த பெரிய நிறுவனப் பங்குகளை வாங்குவதில் ஒப்பீட்டு அடைப்படையில் ரிஸ்க் குறைவு. பங்குச் சந்தையில் இந்த விஷயம் பலருக்கும் தெரியும். அதனால் அவற்றுக்கு டிமாண்ட் அதிகம். அப்படிப்பட்ட பங்குகளின் விலைகள் ஏற்கனவே உயர்ந்து விட்டிருக்கும். அப்படிப்பட்ட பங்குகளை வாங்கினால் லாபம் மிகப்பெரிதாக இருக்க முடியாது. ரிஸ்க் குறைவு. லாபமும் ஓரளவே.

அதற்கு அடுத்த இடத்தில், அதே லாஜிக்குடன் மிட் கேப் பங்குகள். கொஞ்சம் கூடுதல் ரிஸ்க், கொஞ்சம் கூடுதல் லாப வாய்ப்பு கொண்டவையாக இருக்கின்றன. மூன்றாவது இடத்தில் 'ஸ்மால் கேப்' நிறுவனப் பங்குகள். அதிகம் பேருக்கு அறிமுகமில்லாத பங்குகள். சில மிகப் பிரமாதமாக வரலாம். வேறு பல ஒன்றுமில்லாமல் போகலாம். அதிக லாப வாய்ப்பு. அதிக நட்ட சாத்தியம். ரிஸ்கி.

சரியாக ஆராய்ந்து, தெரிந்து வாங்கினால், நம் ஸ்மால் கேப் நிறுவனத் தேர்வு சரியாக அமைந்துவிட்டால் மிகப்பெரும் லாபம் கிடைக்கும். இல்லாவிட்டால் பெரும் நட்டம் வரும்.

சென்செக்ஸ், நிஃப்டி போல, 'பி எஸ் சி ஸ்மால் கேப் இண்டெக்ஸ்' என்ற ஒரு குறியீட்டு எண் இருக்கிறது. சென்செக்ஸ் மற்றும் நிஃப்டி ஆகிய இரண்டு காட்டிலும் மிக அதிக அளவில் கடந்த சில மாதங்களில் உயர்ந்திருப்பது இந்த ஸ்மால் கேப் இன்டெக்ஸ் தான்.

பங்குச் சந்தைகள் உயர ஆரம்பிக்கிறபோது முதலில் லார்ஜ் கேப் பங்குகள் விலை உயரும். வாங்கும் மூட் தொடர்ந்தால் அடுத்து ‘மிட் கேப்’ பங்குகளை வாங்குவார்கள். அவற்றின் விலைகள் உயரும். ஓட்டம், காளை ஓட்டமாக மாற, லார்ஜ் கேப் மற்றும் ஸ்மால் கேப் பங்குகளின் விலைகள் ஏற்கனவே உயர்ந்துவிட்ட காரணத்தால், முதலீட்டாளர்கள் கவனம் ஸ்மால் கேப் பக்கம் திரும்பும்.

இந்த ஸ்மால் கேப் பங்குகளுக்கு அடுத்து, நான்காவதாகவும் ஒரு அணி இருக்கிறது. அவற்றின் பெயர் ‘பென்னி ஸ்டாக்ஸ்’. இந்த நிறுவனங்களில் ரிஸ்க் மட்டுமே மிக அதிகம். லாபத்திற்கான வாய்ப்புகள் மிகக் குறைவு. ஃபுல் பேஸ் எனப்படும் காளை ஓட்டத்தில் இவற்றின் விலைகளும் உயரும். இவற்றை அனைவருமே கட்டாயம் தவிர்த்திடவேண்டும். பென்னி ஸ்டாக்ஸ் ஸ்மால் கேப் கணக்கில் வராது.

வயதானவர்கள், உடல் நலம் இல்லாதவர்கள் கட்டுப்பாடான உணவு சாப்பிட வேண்டியதுதான். இளையவர்கள் அப்படி அல்ல. அவர்கள் வாழ நீண்டகாலம் இருப்பதால், சாப்பிடுவதில் மட்டுமல்ல. சம்பாதிப்பதிலும் ரிஸ்க் எடுக்கலாம். நல்ல ஸ்மால் கேப் பங்குகள் வாங்குவது அப்படிப்பட்ட ரிஸ்க்தான். கவனிக்க... ‘நல்ல.’

ஸ்மால் கேப் என்றால் நிறுவனப் பங்குகளின் எண்ணிக்கை (ஈக்விட்டி ஷேர்களின் எண்ணிக்கை) குறைவு. அவ்வளவுதான், அதற்காக அந்த வகையில் இருக்கும் எல்லா நிறுவனங்களுமே சரி இல்லை, லாபம் ஈட்டவில்லை என்று அர்த்தமில்லை. மிகப் பெரிதாக வளரக்கூடிய ஆலமரம் கூட விதையில் இருந்து வெளிவரும்போது சிறிய செடியாகத்தான் இருக்கும்.

தூவப்படும் எல்லா விதைகளும் பெரிய மரங்களாவதில்லை என்பது போல எல்லா ஸ்மால் கேப் நிறுவனங்களும் பெரிதாக வளர்ந்து விடாது. தேர்வு செய்யமுடியாதவர்கள் ‘ஸ்மால் கேப்’ பரஸ்பர நிதிகளைக் கொஞ்சம் முதலீடு செய்யலாம்.

கடந்த ஓராண்டில் அதிகம் விலை உயர்ந்த ஸ்மால் கேப் பங்குகள்

போர்ஸ் மோட்டார்ஸ், ஆன்வர்ட் டெக்னாலஜி, நியுகிலியஸ் சாப்ட்வேர்,

பி எஸ் சி ஸ்மால் கேப் இண்டெக்ஸ் ஏப்ரல் 23 முதல் பெரும் உயர்வு

10. இவ்வளவு உயர்ந்துவிட்டதே! சந்தை நிற்குமா?

கொடுக்கும்போது கூரையைப் பிய்த்துக்கொண்டு கொடுக்கும் என்பார்கள் இந்தியப் பங்குச் சந்தையின் நிலை இப்போது அப்படித்தான் இருக்கிறது.

2008 ஆம் ஆண்டு 21,000 புள்ளிகள் போனபின் பொருளாதாரச் சிக்கல் காரணமாக விழுந்த உலக பங்குச் சந்தைகளுடன் இந்தியப் பங்குச் சந்தையும் வீழ்ந்தது. பின்பு தொடர்ந்து சரிந்து ஒரு நேரம்.8,000 புள்ளிகள் என்கிற அளவிற்கே போய்விட்டது.

அதன் பிறகு எங்கே, எந்த ஊருக்குக் கூட்டத்திற்குப் போனாலும் முதலீட்டாளர்கள். குறிப்பாக சிறு முதலீட்டாளர்கள் தவறாமல் ஒரு கேள்வி கேட்பார்கள். "மீண்டும் 21,000 புள்ளிகள் வருமா?" என்பதுதான் அந்த கேள்வி. கூடவே ஒட்டிக்கொண்டு வரும் ஒரு துணைக் கேள்வி, "எப்போது வரும்?"

அதிகம் இல்லை. எல்லாம் ஒரு 15 ஆண்டுகளில். இப்போது சென்செக்ஸ் 63 ஆயிரம் புள்ளிகள் அப்போதைய உச்சத்தைப் போல மூன்று மடங்கு. விழுந்த பாதாளமான 8000 புள்ளிகளில் இருந்து கணக்கிட்டால், ஏழரை மடங்கு.

'இப்படி கொட்டிக்கொடுக்க வேறு எந்தச் சந்தையால் முடியும்?' என்று கேட்க வைக்கும் அளவு உயர்ந்திருக்கிறது.

கொரோனா பரவல், அதன் விளைவாக ஊரடங்கு போன்றவற்றால் உலகம் பயந்துபோனதைவிட, முதலீட்டாளர்கள் அதிலும் குறிப்பாக பெரும் முதலீட்டாளர்கள் அதிகம் பயந்துபோனார்கள். நாளை என்று ஒன்று இல்லாததைப் போல பங்குகளை விற்றுத் தள்ளினார்கள். விட்டு விலகி ஓடினார்கள். விளைவு?

சென்செக்ஸ் 40,000 அளவில் இருந்து 26 ஆயிரத்துக்கும் கீழ்

போனது. எந்த நல்ல நிறுவன பங்கிற்கும் மதிப்பில்லாத நிலை அதிலிருந்து மிக வேகமாக குதித்தெழுந்து இப்போது ஜூன் 2023ல் 63 ஆயிரம் புள்ளிகளில் நிற்கிறது. அதாவது, 39 மாதங்களில் 37, 000புள்ளிகள் உயர்வு.

இப்போதும் சிறு முதலீட்டாளர்கள் ஒரு கேள்வி கேட்கிறார்கள். அந்தக் கேள்வி உங்களில் சிலர் மனதிலும் இருக்கலாம். " இவ்வளவு உயர்ந்துவிட்டதே! மார்க்கெட் நிற்குமா?"

பங்குச் சந்தை குறியீட்டு எண் சார்ட்டை பார்த்தால் அது செங்குத்தாக உயர்ந்திருப்பது தெரிகிறது. மிகச் சிறிய இறக்கங்கள் தவிர மூன்று ஆண்டுகளாக தொடர்ந்து ஏற்றம் தான்.

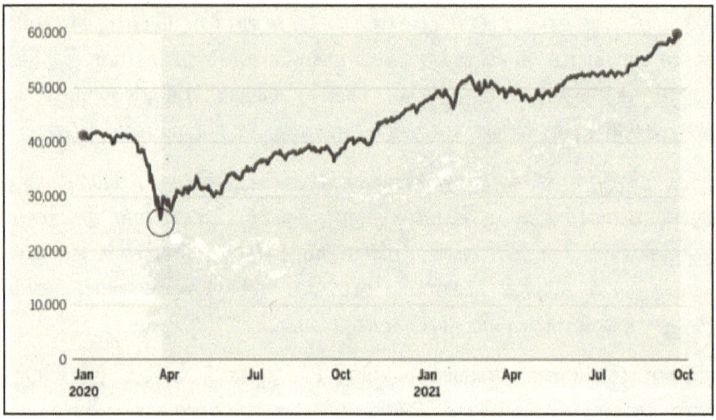

இமேஜ் நன்றி : டைம்ஸ் ஆப் இந்தியா

மார்க்கெட் உயரத்தில் நிற்கவோ அல்லது அங்கிருந்து மேலே தொடர்ந்து போகவும் எவை காரணங்களாக இருக்கும்?

அனுபவத்திலிருந்து சொல்வதென்றால், இப்படி சொல்லலாம்.

- உலக அமைதியை உலக பொருளாதாரத்தை கெடுக்கும் விதம் செய்திகள் வரக்கூடாது
- நாட்டின் அமைதிக்கும் பொருளாதாரத்திற்கும் கேடு உருவாக்கும் செய்திகள் வரக்கூடாது

- மேலே குறிப்பிடப்பட்டிருக்கும் இரண்டும் வருமோ என்ற சந்தேகமோ, அச்சமோ முதலீட்டாளர்களுக்கு ஏற்படக்கூடாது. அதற்கான சூழ்நிலை உருவாகக்கூடாது.
- முதலீட்டாளர்களின் வசம் பணம் இருந்துகொண்டே அல்லது அவர்களுக்கு பணம் வந்துகொண்டே இருக்கவேண்டும்
- அதிகம் முதலீடு செய்யும் பங்குகளின் மற்றும் சந்தைக்குறியீட்டு எண்களின் பிரைஸ் எர்னிங் மல்டிபிள் (PE Multiple) கட்டுக்குள் இருக்கவேண்டும். தவிர, அதன் அளவுக்கு ஏற்ற வகையில் நிறுவனங்களின் சம்பாத்தியம் தொடர உயர வேண்டும்.

இவை ஐந்தும் சரியாக இருக்கும்பட்சம் சந்தையின் உயர்வு நிலைக்கும். தொடரும். இவற்றில் எது மாறினாலும், சந்தை இறங்கும்.

இந்த ஐந்து இருக்கும் எவராலும் உத்திரவாதம் கொடுக்க முடியாது. முன்கூட்டியே சரியாக கணிக்கவும் முடியாது.

அதனால், குறிப்பிட்ட அளவு அல்லது கணிசமான அளவு லாபம் இருந்தால் அதை எடுத்துவிடலாம். சந்தை இறங்குவதற்காக காத்திருக்கலாம்.

அல்லது குறைந்தபட்சம் தனது மொத்த முதலீட்டின் (போர்ட்போலியோவின்) ஒரு பகுதியை மட்டுமாவது விற்று லாபத்தை பதிவு செய்யலாம்.

அதன் பிறகு பங்குச் சந்தை இறங்கினால்?

ஓரளவு விற்றாயிற்று என்ற திருப்தி.

தொடர்ந்து உயர்ந்தால்?

மொத்தத்தையும் விற்றுவிடவில்லையே என்ற திருப்தி.

ஆனால், ஒன்று நிச்சயம். பங்குச் சந்தை முதலீடு என்பது குறுகிய காலத்துக்கானதல்ல. அது நீண்ட காலத்திற்கானது. 15, 20 ஆண்டுகளுக்குமுன்பு 20 ரூபாய், 30 ரூபாய் என்று விற்ற பங்குகள் இன்று 3000 ரூபாய், 4000 ரூபாய் என்று விலை நடக்கின்றன. எல்லாப் பங்குகளும் அப்படிப் விலை உயர்ந்துவிடவில்லை. வாய்ப்புள்ள வியாபாரங்களை திறமையாக நிர்வாகம் செய்யும் நிறுவனப் பங்குகள் தான் அவ்வாறு கொட்டிக்

கொடுத்துக்கொண்டிருக்கின்றன. அப்படிப்பட்ட நல்ல நிறுவனப் பங்குகளை வாங்குவதும் அவற்றைத் தொடர்ந்து வைத்திருப்பதுமே செல்வம் சேர்க்கும் வழி.

விலை உயரும்போது விற்றுவிடுவதும் இறங்கினால் வாங்குவதும் டிரேடிங் முறையில் பணம் சம்பாதிப்பது. நல்ல நிறுவனப் பங்குகளைச் சிறிய அளவுகளில் தொடர்ந்து வாங்குவதும், விலை மாற்றங்களுக்கு பயந்து விற்றுவிடாமல் வைத்திருப்பதும் நீண்டகாலத்தில் செல்வம் சேர்க்கும் வழி.

அப்படிப்பட்டவர்கள் இப்போது பங்குச் சந்தை உச்சத்தில் இருக்கிறதா, இன்னும் இறங்குமா என்பது குறித்தெல்லாம் கவலைப்பட வேண்டியதில்லை...!

11. இண்டெக்ஸ் உயர்வதால் நமக்கென்ன?

சென்செக்ஸ் 64,000 நிஃப்டி 19,000 என்று பங்குச் சந்தையில் கொண்டாட்டம்தான். கலயாண வீடு போல மக்கள் சந்தோஷமாக இருக்கிறார்கள். அடுத்து, சென்செக்ஸ் 70,000 வருமா? நிஃப்டி 20,000 தொடுமா? என்பது போன்ற பேச்சுக்கள் காதில் விழுகின்றன.

அது சரி. ஏன் பங்குச் சந்தை இவ்வளவு உயர்கிறது? என்று கேட்டால் , விவரம் தெரிந்தவர்கள் அனைவரும் ஒரே குரலில், "எல்லாம் அந்நிய முதலீட்டாளர்கள் கொண்டு வந்து கொட்டுகிற பணம்தான். கடந்த ஒரு மாதத்தில் மட்டும் 10 பில்லியன் அமெரிக்க டாலர்கள் பணத்தை நிகரமாகக்கொண்டு வந்திருக்கிறார்கள்" என்கிறார்கள்.

ஏன் கொண்டு வந்து கொட்டுகிறார்கள்? என்று கேட்டால், "இந்தியா, சீனா ஆகிய இரு நாடுகளும்தான் தற்போது பொருளாதார வளர்ச்சியில் மற்ற நாடுகளை விடச் சிறப்பாக இருப்பதாக நினைக்கும் முதலீட்டாளர்கள், இந்த இரு நாடுகளிலும் முதலீடு செய்ய பணத்தை ஒதுக்குகிறார்கள்" என்ற பதில் வருகிறது.

அவர்கள் சொல்வது சரிதானா?

சரிதான். எண்களை வைத்துதானே சொல்கிறார்கள். அடுத்து, வேறு ஒரு பேச்சும் காதில் விழுகிறது. அது, கொஞ்சம் வருத்தமான குரலில் கேட்கும் பேச்சு.

"இண்டெக்ஸ் ஏறுகிறதுதான். ஆனால், நான் வாங்கி வைத்திருக்கும் பங்குகள் விலை உயரவில்லையே! என் போர்ட்போலியோ மதிப்பு அதிகரிக்கவில்லையே" என்கிற குரல்கள்.

எல்லோரும் அல்ல. பெரும்பாலான சிறுமுதலீட்டாளர்கள் இப்படி வருத்தப்படுகிறார்கள். இப்போது மட்டுமல்ல எல்லா *Bull Run*

களின் போதும் அந்தக் குழுமத்தில் இருந்து இந்தப் பேச்சு வரும்.

அவர்கள் சொல்வது சரிதானா?

சரியாகத்தான் இருக்கவேண்டும் அவர்களுக்கு அவர்களுடைய போர்ட் போலியோ நிலவரம் தெரியும் அல்லவா?

என்ன நீங்கள்! இரண்டும் சரியாக இருக்கும் என்று சொன்னால் எப்படி?

அதுதான் பங்குச் சந்தை.

மார்க்கெட் கேப்பிட்டலைசேஷனை வைத்து, லார்ஜ், மிட் மற்றும் ஸ்மால் கேப் என்று பங்குகளை வகை பிரிப்பது போல வேறு சில விதங்களிலும் பங்குகளைப் பிரிக்கிறார்கள். அவற்றில் ஒன்று, இண்டெக்ஸ் பங்குகள் மற்றும் ஏனையவை.

மும்பை பங்குச் சந்தையில் 30 நிறுவனங்கள் சென்செக்ஸ் குறியீட்டு எண்ணில் இடம் பிடித்திருப்பவை தேசியப் பங்குச் சந்தையில் 50 நிறுவனங்கள் நிஃப்டியில் இடம் பெற்றிருப்பவை.

இந்த 64 ஆயிரம் புள்ளிகளும் 19000 புள்ளிகளும் தெரிவிக்கும் செய்தி, இந்த இரண்டு குறியீட்டு எண்களில் சேர்த்துக் கொள்ளப்பட்டிருக்கும் பங்குகளின் சராசரி விலை உயர்வு இவ்வளவு என்பதை. அவ்வளவுதான்.

சராசரி விலை உயர்வு என்று குறிப்பிட்டதை கவனித்தீர்களா?

சராசரி விலை உயர்வு என்றால், இண்டெக்ஸில் இருக்கும் எல்லா பங்குகளின் விலைகளும் உயர்ந்திருக்கவேண்டிய அவசியமில்லை, விலை குறைந்த சில பங்குகளுக்கும் சேர்த்து வேறு சில பங்குகள் விலை உயர்ந்திருக்கும் எல்லாவற்றையும் சேர்த்துக் கூட்டிக் கழித்து, சராசரியாகப் பார்த்தால் மொத்தத்தில் குறியீட்டு எண் உயர்ந்திருக்கிறது என்கிறார்கள்.

சென்செக்ஸ் நிஃப்டி தவிர பேங்க் இண்டெக்ஸ் இன்னும் பல இண்டெக்ஸ்கள் உண்டு.

ஆக, இந்தக் குறியீட்டு எண் உயர்வுகள் என்பவை ஒரு இண்டெக்ஸில் இருக்கும் எல்லா பங்குகளின் விலைகளும் உயர்ந்ததாகக்கூட தெரிவிக்கவில்லை.

உதாரணத்திற்கு நிஃப்டியில் இருக்கும் என் டி பி சி பங்குகள் 20 ஆண்டுகளில் இல்லாத அளவிற்கு, ஒரே ஆண்டில் 100 சதவீத விலை உயர்வு. விப்ரோ சுமாரான விலை உயர்வு. டாடா மோட்டார்ஸ் அதிக உயர்வு.

அப்படியிருக்கும் நிலையில் இண்டெக்ஸில் சேர்த்துக்கொள்ளப் படாத 98 சதவீதப் பங்குகள் விலை ஏற்ற இறக்கங்களை இந்த இண்டெக்ஸ்கள் காட்டாது.

ஒவ்வொரு பங்கும் அந்த நிறுவனம் இயங்கும் துறை, அந்த நிறுவனத்தின் லாபம், ஏற்கனவே முதலீட்டாளர்கள் கொண்டிருக்கும் எதிர்பார்ப்புகள், அந்த நிறுவனம் குறித்து வரும் நல்ல/கெட்ட செய்திகள் யூகங்கள் ஆகியவற்றை எல்லாம் பொறுத்து விலை மாறும். அது பொதுவாக சந்தையில் விலைகள் உயரும் புல் பேஸ் (Bull Phase). அல்லது விலைகள் இறங்கும் பேர் பேஸ் (Bear Phase).

தவிர, நிறுவனம் சிறப்பாக செயல்பட்டு நல்ல லாப முடிவுகளை வெளியிட்டாலும், ஏற்கனவே எதிர்பார்த்த அளவு இல்லை என்று விலை இறங்கலாம். 'இல்லை இந்த நிறுவனம் சரியில்லை' என்று முதலீட்டாளர்கள் விலை குறைத்து வைத்திருந்த நிலையில், முடிவுகள் சுமாராக வந்தால் கூட, 'பயந்த அளவு மோசம் இல்லை' என்று விலை உயரலாம்.

ஆம். ஏற்கனவே அந்த நிறுவனப் பங்குகளின் விலைகள் உயர்ந்து விட்டனவா அல்லது இறங்கி இருந்தனவா என்பதைப் பொறுத்தும் விலைகள் உயரும் அல்லது இறங்கும்.

உதாரணத்திற்கு பங்குச் சந்தை இவ்வளவு தொடர்ந்து இருந்து கொண்டிருக்கிற நேரத்தில் சிட்டி யூனியன் பேங்க் விலை குறைந்து கொண்டே போய் இப்போதுதான் நிலையாக நிற்கிறது.

எனவே இண்டெக்ஸ் என்பது பொதுவான நிலைமையை, முதலீட்டாளர்களின் (Mood) மூடை காட்டுகிற ஒன்று மட்டுமே.

இண்டெக்ஸ் பங்குகளில் நிஃப்டி பீஸ் (NIFTY 50 BEES) நிஃப்டி இண்டெக்ஸ், சென்செக்ஸ் இண்டெக்ஸ் அல்லது இண்டெக்ஸ் பரஸ்பர நிதிகளில் முதலீடு செய்பவர்கள் தவிர, மற்றவர்கள் தனிப்பட்ட பங்குகளிலும் பரஸ்பர நிதிகளிலும் முதலீடு செய்யும்

போது எதை வாங்குகிறோம் என்பதைக் கவனித்துத்தான் வாங்க வேண்டும்.

சந்தையின் மொத்தப் போக்குக்கு எதிராகவும் சிலவற்றின் விலை மாற்றங்கள் இருக்க முடியும்.

இல்லாவிட்டால், “கல்யாணச் சாப்பாடு போட்டார்கள்தான். ஆனால், எனக்கு இடம் கிடைக்கவில்லை. நான் பட்டினி” என்கிற கதையாகிவிடும்.

12. விற்றுவிடுவதா, மேலும் வாங்குவதா?

பொருளாதாரம், வணிகச்சூழல், மற்றும் தட்பவெப்பங்கள் போல பங்குச் சந்தை மற்றும் பங்குவிலை மாற்றங்களும் 'சுழற்சிகளுக்கு' உட்பட்டது. 'சைக்கிள்' என்பார்கள்.

தனிப்பட்ட பங்குவிலைகள் மட்டுமே அந்தந்த நிறுவனங்களின் செயல்பாடுகள் மற்றும் எதிர்காலம் குறித்த முதலீட்டாளர்களின் எதிர்பார்ப்புகள் மற்றும் பயங்களை வைத்து ஒரே திசையில் உயர்ந்துகொண்டோ, இறங்கிக்கொண்டோ போகும். அப்படி ஒரே திசையில் உயர்ந்துகொண்டோ, இறங்கிக்கொண்டோ போகும் பங்குவிலைகள் அவற்றின் ஆர்.எஸ்.ஐ (*RSI*) என்பது மிக அதிகமானதும் விலைகள் திசைமாறி, 'யு டர்ன்' அடிக்கும்.

ஆனால் ஒட்டுமொத்த பங்குச் சந்தை மற்றும் அதன் குறியீட்டு எண் ஆகியவை சுழற்சிக்கு உட்பட்டவையே. சில ஆண்டுகள் உயர்ந்தால் சில ஆண்டுகள் விழும். அந்தச் சில என்பதன் எண்ணிக்கை சுழற்சிக்குச் சுழற்சி மாறுபடும்.

அவரவர் அவரவருடைய பணஇருப்பு, யூகங்கள், ஆசைகள், பயங்கள், ரிஸ்க் எடுக்கும் தன்மை காரணமாக, பங்குச் சந்தை குறித்து முடிவெடுத்து மக்கள் தனித்தனியே இயங்குகிறார்கள். அதனால் சந்தையின் போக்கை கணிப்பது சுலபமல்ல. அது பலரின் நடவடிக்கைகளால் இயங்குவது.

அதே சமயம், பொதுவில் கிடைக்கும் நல்ல செய்திகளைப் பலரும் ஒருசேர பயன்படுத்திக்கொள்ள வேண்டி, பெரும்பாலானவர்கள் பங்குகளைத் தொடர்ந்து வாங்குவார்கள். அதேபோல பொதுவில் கிடைக்கும் கெட்ட செய்திகளுக்கும் மறுவினையாற்றுவார்கள். கெட்ட செய்தியால் ஏற்படக்கூடிய சந்தை வீழ்ச்சி மற்றும் பங்குகள் விலை இறக்கத்திலிருந்து தப்பித்துக்கொள்ள

விற்றுவெளியேறுவார்கள். வேறு சிலர் விலை இறங்கப் போகிறதென்று யூகித்து, 'பியூட்சர்ஸ்' சில் 'ஷார்ட்' போய் விலைகளை மேலும் இறக்கச் செய்வார்கள்.

இப்படியாக பொதுவான நல்ல கெட்ட செய்திகள் ஆகிய இரண்டுக்குமே பெரும்பாலானவர்கள் உடனடியாக ரியாக்ட் செய்ய, சந்தை பெரிதாக உயரும், அல்லது இறங்கும். அது பல சமயங்களில் செய்திக்கு 'ஓவர் டூயிங்; போல அதிகமாக ஆகிவிடும்.

20 மார்ச் 2020ல் விழுந்த விலைகள் அப்படி விழுந்தவைதான். கோவிட் 19 மற்றும் அதன் தாக்கம் குறித்த பயம் காரணமாக, சிறிதாகத் தொடங்கி, அதிகரித்து, ஒரு நேரம் கொட்டு கொட்டெனக் கொட்டி தீர்த்த மழை போல, விலைகள் தலைகுப்பற விழுந்தன.

அதன்பின் நிலைமை சரியானதை கண்டு, விலைகள் இவ்வளவு குறைவாக இருக்கின்றனவே! என விற்றவற்றையும், வாங்க விட்டுப்போனவற்றவையும் முதலீட்டாளர்கள் வாங்கித்தள்ளினர். விலைகள் மீண்டும் உச்சத்துப்போயின.

ஆக, பயம் மற்றும் ஆசை ஆகிய இரண்டும் பங்குச் சந்தைஈள் இருபெரும் 'உந்துசக்தி'கள். கடந்த சில மாதங்களில் தொடர்ந்து விலை உயர்ந்து பங்குச் சந்தை குறியீட்டு எண் மற்றும் பங்குகளின் விலைகள் மிக அதிகமாகியிருக்கின்றன. எனவே சுழற்சி காரணமாக அவை இறங்கத்தான் வேண்டும். அந்த இறக்கத்தை தொடங்கிவைக்க, ஏதாவது ஒரு 'ட்ரிகர்' தூண்டி' வேண்டும். அது பயம் என்ற பெயரில் வர வேண்டும்.

'இஸ்ரேல் மீது ஹமாஸ் ஏவுகணை தாக்குதல்' என்ற செய்தி அந்த பயத்தை தொடங்கிவைத்திருக்கிறது. இனி அது இரு நாடுகளுக்கு இடையே போராக மாறுமா? ஈரான், அமெரிக்கா போன்ற நாடுகளும் போரில் இறங்குமா? என்ற சந்தேகங்கள் பயத்தை அதிகப்படுத்தியிருக்கின்றன.

எனவே, இதுவரை, 'ஆகா! ஓகோ!' என்று பங்குகளை தொடர்ந்து வாங்கிக்கொண்டிருந்த பலரும், 'இனி அவ்வளவுதான்' 'கிடைக்கும் லாபததை விடுவானேன்! விற்று உறுதிப்படுத்திக்கொள்ளலாம்' என்று விற்க ஆரம்பிக்கலாம்.

அப்படிப்பட்ட ஒரு நிலையை ஹமாஸ் - இஸ்ரேல் பிரச்னை உருவாகியிருக்கிறது.

சந்தை தொடர்ந்து இறங்கினால் என்ன செய்வது? கையில் இருப்பதை விற்றுவிடுவதா? அல்லது குறையும் விலைகளில் கிடைப்பவற்றை வாங்குவதா?

இப்போது பங்குச் சந்தை என்ன ஆகும்? விலைகள் என்ன ஆகும்? என்கிற கேள்விகளுக்கான பதில்கள் பங்குச் சந்தையில் இல்லை. ஹமாஸ் குழுக்கள் மற்றும் இஸ்ரேல் ஆகிய நாடுகளுக்கு இடையே ஆரம்பித்திருக்கிற போர் எவ்வளவு நாட்கள் நடக்கும்? எத்தனை நாடுகளைப் போருக்குள் இழுக்கும்? ஆகியவற்றைப் பொறுத்தது.

'இந்தப் போர் வித்தியாசமானது. இறங்கியுள்ள நாடுகள் வலிமையானவை. இதில் மேலும் சில நாடுகளும் இறங்கி, நிலைமை மோசமாகலாம். போர் இப்போதைக்கு நிற்காது. நீடிக்கும்' என்று நினைப்பவர்கள் விற்று, வெளியேறுவார்கள்.

'இந்தப் போர் அதிக நாள் நீடிக்காது. சில நாட்களுக்குப் பின் அமைதி திரும்பிவிடும்' என்று நம்புபவர்கள் விற்காமல் வைத்திருக்கலாம். விலைகள் அதிகம் இறங்கினால், வாய்ப்பைப் பயன்படுத்தி மேலும் வாங்குவார்கள்.

இப்படி ஏதாவது உலகில் நடந்துகொண்டுதான் இருக்கும். இப்போது விலைகள் இறங்கினாலும் நான் வைத்திருக்கிற பங்குகள் நல்ல நிறுவனப் பங்குகள்தான். இவற்றின் விலைகள் இறங்கினாலும், மீண்டும் வந்துவிடும். உடனடியாக வராவிட்டாலும் சிறிது காலத்துக்குப் பிறகு வந்துவிடும். நான், வாங்கி வாங்கி விற்பவன் அல்ல. 'முதலீட்டுக்காரன்' என்று நினைப்பவர்கள் ஏதும் செய்யாமல் பொறுத்திருப்பார்கள்.

நீங்கள் யார்? உங்கள் மனநிலை என்ன? அதைப்பொறுத்தது நீங்கள் செய்யப்போவது.

13. இன்ப அதிர்ச்சி கொடுக்கும் கார்பரேட் ரிசல்ட்டுகள்

இஸ்ரேல் மீது ஹமாஸ் வீசியாக ஏவுகணைகளின் தாக்கமும், அதற்கு இஸ்ரேல் கொடுத்துக்கொண்டிருக்கும் பதிலடிகளின் சேதமும் அவர்களை மட்டும் பாதிக்கவில்லை. தொடக்கத்தில் கச்சா எண்ணெய் தங்கம் ஆகியவற்றின் விலைகளில் எதிரொலித்த அச்சம், பின்பு பங்குச் சந்தைகளுக்கும் பரவிவிட்டது.

கடந்த வியாழன் வரையிலான ஆறு வர்த்தக நாட்களில் தொடர்ந்து பங்குச் சந்தைகளில் விலை இறக்கம்தான். அதிலும் குறிப்பாக, எப் அண்ட் ஓ குளோசிங் நாளான கடந்த வியாழன் அன்று இந்திய பங்குச் சந்தைகளில் கரடிகளின் கர்ஜனை. அன்றைக்கு ஒரு நாள் மட்டும் அந்நிய நாட்டு முதலீட்டாளர்கள் (FII கள்) இந்தியச் சந்தைகளில் நிகரமாக 7,700 கோடி ரூபாய்க்கு விற்றிருக்கிறார்கள்.

பல மாதங்களாகத் தொடர்ந்து உயர்ந்து உயர்ந்து, பங்குச் சந்தை குறியீட்டு எண்கள், மரத்தின் உச்சியில் நிற்கிற நேரம். மரத்துக்குக் கீழே பிரச்னைகள் நடந்தால், அந்தக் கெட்ட செய்திகளுக்கு மறுவினையாக, உயரத்தில் இருக்கும் குறியீட்டு எண்கள் தவறிக் கீழே விழா விட்டாலும் ஆடாமல் இருக்க முடியுமா?

கடந்த வாரம் ஆட்டம் கண்டன.

ஹமாஸ், இஸ்ரேல் பிரச்னை காரணமாக சந்தை குறியீட்டு எண்களும் பங்கு விலைகளும் நன்றாகவே இறங்கின. தொடர்ந்து இறங்கியவை, வெள்ளியன்று ஓரளவு மீண்டிருக்கிறது. இதை சிலர், தற்காலிக உயர்வு எனும் பொருள்பட, 'டெட் கேட் பவுன்ஸ்' *(Dead cat bounce)* என்கிறார்கள்.

'டெட் கேட் பவுன்ஸ்' என்பது மேற்கத்திய உதாரணம். நமக்குப் புரிவது போல் சொல்வது என்றால், இறந்தவர் உடலை எரிக்கும் போது, சில உடல்கள் திடீரென்று எழுவது போல உயரும்.

அதை, பிணம் எரிப்பவர் கட்டையால் அடித்து வீழ்த்துவார். அது போன்றதுதான் இப்போது பங்கு விலைகளில் வெள்ளியன்று வந்திருக்கும் எழுச்சியும் என்பது சிலர் கணிப்பு. இறந்து மீண்டு வர முடியாத ஒருவரின் உடல் நெருப்பினால் வளைவது போன்றது *Dead cat bounce.*

அப்படியென்றால் இந்தியப் பங்குச் சந்தைகளில் காளை ஓட்டம் முடிவுக்கு வந்து, அந்தப் போக்கு மாறி கரடி ஓட்டம் தொடங்குகிறதா?

இல்லை அப்படிச் சொல்ல முடியாது.

அமெரிக்காவில் பணவீக்கம் குறையவே இல்லை. பெடரல் ரிசர்வ் அது குறித்து தொடர்ந்து கவலை தெரிவித்துக்கொண்டிருக்கிறது. அதனால் அது வட்டி விகிதங்களை குறைக்க மறுக்கிறது. அமெரிக்க அரசின் டிரஷரி பாண்டுகளுக்கு தற்போது ஆண்டுக்கு 5 சதவீதம் வரை வருமானம் கிடைக்கிற அளவுக்கு ஈல்ட் உயர்ந்திருக்கிறது.

மிகப் பாதுகாப்பான அமெரிக்க டிரஷரி பாண்டுகளுக்கு 5% யீல்ட் என்பது, அவர்களுக்கு மிக அதிகம். அந்த அளவு பணத்துக்கு வட்டி கிடைத்தால் / கொடுக்கவேண்டிவந்தால், அது அவர்கள் பொருளாதாரத்தை பாதிக்கும்.

அதனால அமெரிக்க பங்குச் சந்தைகளில் முதலீடு செய்யும் பெரிய முதலீட்டாளர்கள், ரிஸ்க் இருக்கும் முதலீடான பங்குச் சந்தைகளில் இருந்து விற்று வெளியேறி, ரிஸ்க் இல்லாமலே ஐந்து சதவீதம் வரை கிடைக்கிற பாண்டு மார்க்கெட்டுகளுக்கு அவர்கள் பணத்தை நகர்த்துகிறார்கள். அதனால் அமெரிக்க பங்குச் சந்தைகளில் இறக்கம்.

போதாததற்கு அங்கே தற்போது வெளிவரும் சில பெரிய நிறுவனங்களின் காலாண்டு முடிவுகளும் சரியாக இல்லை. உதாரணத்திற்கு, கூகுளின் தாய் நிறுவனமான அல்பாபெட் கிளவுட் வியாபாரத்தில் எதிர்பார்த்த அளவு செய்யவில்லை என அதன் பங்கு விலைகள் ஒரே நாளில் 8 சதவீதம் வீழ்ச்சி. டெஸ்லா நிறுவனத்தின் ரிசல்ட்டும் சரியில்லை. 44 சதவீதம் லாபம் குறைவு.

அங்கூ மட்டுமின்றி அந்நிய நாட்டு முதலீட்டாளர்கள், FII கள்,

இந்திய பங்குச் சந்தைகளில் அக்டோபர் மாதத்தில் மட்டும் 27ம் தேதி வரை நிகரமாக 28 ஆயிரம் கோடி ரூபாய்க்கு விற்றிருக்கிறார்கள். அதனால் இந்திய பங்குச் சந்தைகளிலும் இறக்கம்.

ஆனால், இவற்றையெல்லாம் வைத்து மட்டுமே இந்திய பங்குச் சந்தைகளின் போக்கும் மாறிவிட்டது என நினைக்கமுடியாது. காரணம், இப்போது இந்திய பொருளாதாரத்தின் நிலை வேறு. அது 'ஸ்ட்ரக்ச்சுரல் குரோத்' எனப்படும் 'தொடர் வளர்ச்சி'ப் பாதையில் இருப்பதாக பல பெரிய முதலீட்டு நிறுவனங்கள் நினைக்கின்றனர்.

நொமூரா, ஜே பி மார்கன் போன்ற ரேட்டிங் நிறுவனங்கள், 'பங்குகளை வாங்கலாம்' 'முதலீடுகளைத் தொடலாம்' என்ற பொருள்பட, இந்தியாவிற்கு 'ஓவர் வெயிட்' ரேட்டிங் கொடுத்திருக்கிறார்கள்.

அதற்குக் கட்டியம் கூறுவது போல, இப்பொழுது வெளிவருகிற இந்தியாவினுடைய பெரிய நிறுவனங்களின், 2023-24 செப்டெம்பர் காலாண்டு முடிவுகள் Q2 முடிவுகள் இருக்கின்றன.

- இந்தியாவின் மிகப்பெரிய நிறுவனமான ரிலையன்ஸ் இண்டஸ்டிரீஸ் ஜாம்பவான் நிறுவனத்தின் நிகர லாபம், செப்டம்பர் காலாண்டில் 24.7 சதவீதம் அதிகம்.
- பஞ்சாப் நேஷனல் பேங்க் 327 சதவீதம் கூடுதல்.
- கனரா வங்கி 42 சதவீதம் அதிகம்.
- பஜாஜ் பைனான்சியல் சர்வீசஸ் 24 சதவீதம் அதிகம்.
- மாருதி 78% கூடுதல்.
- ரிலையன்ஸ் ரீடைல் 21 சதவீதம் அதிகம்.
- சிப்ளா 43 சதவீதம் அதிகம்.
- டாக்டர் ரெட்டீஸ் 33 சதவீதம் அதிகம்.

கார்பரேட் டேக்ஸ் போன்றவற்றில் மத்தியஅரசு எடுத்த பல்வேறு கொள்கை முடிவுகளும், இப்போது நிலவும் தொடர் பொருளாதார வளர்ச்சியுமே இந்த அதிகரிக்கும் லாபங்களுக்குக் காரணம். இவை

எதனாலோ வந்த, தொடருமோ, தொடராதோ ரகம் போலத் தெரியவில்லை. பணவீக்கமும் வட்டி விகிதங்களும் உயராத வரை வளர்ச்சிக்குத் தொந்தரவில்லை.

ஆக, நிலைமை இப்படி இருக்க, பங்குச் சந்தை முதலீட்டாளர்களும் வர்த்தகர்களும் தீபாவளியை எதிர்நோக்கி இருக்கிறார்கள். இவ்வளவு தூரம் வந்தவர்கள், வெடி வெடிக்காமல் விடுவார்களா.

14. பங்குச் சந்தை சந்திக்கும் கடுமையான ஓவர்கள்

கிரிக்கெட் போட்டிகளின்போது பேட்டிங் செய்யும் அணி, அடுத்த ஓவர் எப்படி இருக்கும், நன்றாகப் போகவேண்டுமே என ஒவ்வொரு ஓவரையும் எதிர்பார்க்கும். அப்படிப்பட்ட எதிர்பார்ப்பில்தான் சமீப வாரங்களாக இந்திய பங்குச் சந்தை முதலீட்டாளர்கள் எச்சரிக்கையாக ஆடிக்கொண்டிருக்கிறார்கள்.

இதுவரை நல்ல ஸ்கோர்தான். கோவில் 19, உக்ரைன்-ரஷ்யா, இஸ்ரேல்-ஹமாஸ் போன்ற கடுமையான ஓவர்களை சமாளித்து ஆடியாகிவிட்டது. இன்னும் தொடர்ந்து ஆடிக்கொண்டிருக்கிறது, இந்தியப் பங்குச் சந்தை அவுட் ஆகாமல்.

ஆனால்...

இஸ்ரேல்-ஹமாஸ் ஓவர் இன்னும் முடியவில்லை. தொடர்ந்துகொண்டிருக்கிறது. அங்கே போர் நிறுத்தம் வராதது மட்டுமல்ல, போரின் வேகமும் நடக்கும் இடங்களின் பரப்பளவும் அதிகரிக்கிறது. அதனால் வேறு பல புதிய பிரச்னைகள் வரலாம். குறைந்த பட்சம் கச்சா எண்ணெயை உற்பத்தி செய்யப்படும் நாடுகளில் இருந்து வேறு நாடுகளுக்கு எடுத்துப்போவதில், 'சப்ளை டிஸ்ட்ரிப்ஷன்' ஏற்படலாம். அப்படியாகும் பட்சம் கச்சா எண்ணெய் விலை அதிகரிக்கலாம்.

பல நாடுகளுக்கும் கச்சா எண்ணெய் ஒரு பெரிய தலைவலி தரும் 'கமாடிட்டி'. இந்தியா குறித்து கேட்கவே வேண்டாம். இந்தியர்கள் பயன்படுத்துகிற ஒவ்வொரு 10 லிட்டர் பெட்ரோல் டீசல் கேன்களிலும், 8.2 லிட்டர் அளவு வெளிநாடுகளில் இருந்து வருவதுதான். உள்நாட்டு உற்பத்தியில், தேவையில் 18% க்கும் குறைவு. போதாததற்கு அதை வாங்க டாலர் வேண்டும். டாலர் மதிப்பும் போர் என்றால் பயத்தில் எகிறும்.

இந்த ஓவருக்கு அடுத்த ஓவர், ஐந்து மாநிலத் தேர்தல் முடிவுகள்.

சுமார் 16 கோடி வாக்காளர்கள். அதுவும் மத்தியில் ஆளுகின்ற பாரதிய ஜனதா கட்சிக்கு கூடுதல் ஆதரவு இருக்கிறதாக சொல்லப்படுகிற ஹிந்தி பேசும் மக்கள் இருக்கும் மாநிலங்கள். 'ஹார்ட் கோர் ஹிந்தி பெல்ட்.'

மொத்த பாராளுமன்ற தொகுதிகளில் 15 சதவீதம் இந்த ஐந்து மாநிலங்களில்தான் அமைந்திருக்கிறது என்பதும் கவனிக்கத்தக்க ஒரு கூடுதல் விவரம்.

எதிர்வரும் 2024 நாடாளுமன்ற தேர்தலுக்கு, இந்த மாநிலத் தேர்தல்கள் முன்னோட்டம். அவை நடந்து முடிந்த குறுகிய கால அவகாசத்தில், பாராளுமன்ற தேர்தல் நடக்க இருக்கிறது. எதிர்க்கட்சிகளின் ஓட்டுகள் சிதறாமல் பாரதிய ஜனதாவுக்கு எதிராக விழும் என்றெல்லாம் ஒரு பக்கம் சொல்லப்படுகிறது.

மாநில அரசைத் தேர்வு செய்யும் தேர்தல் என்பது வேறு, மத்திய அரசைத் தேர்வு செய்யும் தேர்தல் என்பது வேறு. முன்பும் கூட இப்படி மாநில அரசு தேர்தல்களில் வாக்களித்தது போல மத்திய அரசை தேர்ந்தெடுத்த பொது மக்கள் வாக்களிக்கவில்லை. இந்த ஐந்து மாநிலங்களிலும் பாரதிய ஜனதா கட்சி பெரிய அளவில் வெற்றி பெற முடியாது என்பது ஏற்கனவே தெரிந்த செய்திதான். அதை சந்தை ஏற்றுக்கொண்டுதான், டிஸ்கவுண்ட் செய்துதான் -அு இந்ளவில் நிற்கிறது. அதையும் மீறி, பாரதிய ஜனதாவுக்குக் கூடுதல் இடங்கள் கிடைத்தால், அதை சந்தை கொண்டாடும். ஆனால் தோற்றால், பெரிதாக இறங்கிவிடாது. வேறு சிலர் இப்படிச் சொல்கிறார்கள்.

எப்படிப் பார்த்தாலும், 2024 பாராளுமன்றத் தேர்தல் பங்குச் சந்தைக்கு மிக முக்கியமான நிகழ்வு. அதை யாரும் மறுக்கவில்லை. சந்தைக்கு அதிக ரியாக்ஷன் கொடுப்பது எதற்கு என்றால் அது, 'எதிர்பாராதது' நிகழ்வதுதான்.

அதற்குக் காரணம், சந்தையில் 'பியூட்சர்ஸ் & ஆப்ஷன்ஸ்' பகுதியில் எதிர்பார்ப்புகளை ஒட்டி பெரிய பொசிஷன்கள் உருவாக்கி வைத்திருப்பார்கள். எதிர்பார்ப்புக்கு மாறாக நடக்கிறபோது அவர்கள் உருவாக்கி வைத்திருக்கிற நிலைகளிலிருந்து அத்தனை பேரும் ஒருசேர வெளியேற முயற்சிப்பார்கள். அது, சந்தையில்

பிரளயத்தையும் உருவாக்கும்.

அதிலும் நெகடிவ் சர்ப்ரைஸ் என்றால் கேட்கவே வேண்டாம். பலரும் புகுந்து விளையாடுவார்கள்.

ஐந்து மாநிலத் தேர்தல் முடிவுகளைக் காட்டிலும் பாராளுமன்றத் தேர்தல் முடிவுகள் எப்படி இருக்கும் என்று கணித்தே சந்தை இயங்குகிறது. 2024 க்குப் பிறகும் மத்தியில் பிஜேபி ஆட்சி தொடரும் என்றும் அதனால் இதுவரை அரசு எடுத்திருக்கும் பல்வேறு கொள்கை முடிவுகள் தொடரும் என்று முதலீட்டாளர்கள் எதிர்பார்க்கிறார்கள். அந்த எதிர்பார்ப்புக்கு மாறான தகவல் ஏதும் திடீரென வந்தால் அது நெகடிவ் சர்பிரஸ்தான்.

2007 ஆம் ஆண்டுக்குப் பிறகு முதல் முறையாக அமெரிக்க பாண்டுகளின் 'ஈல்டு' 5 % க்கும் அதிகரித்திருக்கிறது. ரிஸ்கில்லாத அந்த ஈல்ட் காரணமாக அந்நிய முதலீட்டாளர்கள் இந்தியா பங்குச் சந்தைகளிலும் விற்கிறார்கள். கடந்த அக்டோபரில் மட்டும் நிகரமாக, 22,100 கோடி ரூபாய்க்கு பங்குகளை விற்று வெளியேறி இருக்கிறார்கள்.

இருந்தாலும் சந்தை குடை சாயாமல் இருப்பதற்குக் காரணம், எதிர்ப்புறம் 17 ஆயிரம் கோடி ரூபாய்களுக்கு பரஸ்பரநிதிகள் பங்குகளை வாங்கியதுதான். அக்டோபரில் மட்டும். எந்தக் கெட்ட செய்திக்கும் சந்தை விழுந்துவிடாமல் தாங்கிப்பிடிப்பது இப்போதைக்கு இந்திய பரஸ்பர நிதிகளின் கைகள்தான்.

எப்படியும் ஐந்து மாநில தேர்தல் முடிவுகள் வரும்வரை பெரிய திசை மாற்றம் இருக்காது. அதன் பின்னரும், 'அது வேறு. இது வேறு' அல்லது 'அட! இது பரவாயில்லை' என்பது போல பேசி, காளை ஓட்டத்தை தொடரவே விரும்புவார்கள். காரணம் அவ்வளவு பெரிய அளவுகளில் பணம் உள்ளே முதலீடாக போயிருக்கிறது.

மொத்தத்தில், போட்டி, சுறுசுறுப்பான கட்டத்தை எட்டி இருக்கிறது. அடுத்த சில ஓவர்கள்- வாரங்கள்- மிக முக்கியமானவை.

15. ரிசல்ட் மட்டுமல்ல கைடென்ஸும் முக்கியம்

இன்போசிஸ் நிறுவனத்தின் செப்டெம்பர் காலாண்டு நிதிநிலை முடிவுகள் கடந்த வியாழன் மாலை வெளியிடப்பட்டது. அப்போது இந்தியப் பங்குச் சந்தைகளில் வர்த்தக நேரம் முடிந்துவிட்டிருந்தது. ஆனால், அமெரிக்க பங்குச் சந்தைகளில் வர்த்தகம் நடைபெற்றுக்கொண்டிருந்தது. அங்கேயும் அமெரிக்கன் டெபாசிட்டரி ரெசிப்ட்ஸ் *(ADR)* மூலம் இன்ஃபோசிஸ் பங்குகள் வர்த்தகம் நடைபெறும். அந்த *ADR* விலை 7% விழுந்தது.

ஏமாற்றமே காரணம் என்று சொல்லப்பட்டது. இத்தனைக்கும் இன்ஃபோசிஸ் ஒப்பிடக்கூடிய செப்டெம்பர் '23 காலாண்டு மற்றும் முந்தைய ஜூன் '24 காலாண்டு ஆகிய இரண்டு காலாண்டுகளில் செய்ததைக் காட்டிலும், முடிவுகள் அறிவிக்கப்பட்ட, செப்டெம்பர் ' 23 காலாண்டில் முறையே, 6.8 % மற்றும் 2.8% கூடுதல் வருவாயும் லாபமும் செய்திருந்தது.

ஆனாலும் ஏன் ஏமாற்றம்? எதனால் விலை குறைவு?

அமெரிக்க பெடரல் ரிசர்வ் வட்டி விகிதம் குறித்த அறிவிப்புகள் செய்வதை கவனித்திருக்கலாம். அந்த அறிவிப்பு மூலம், ரிசர்வ் வட்டி விகிதத்தைக் கூட்டுவார்கள். அல்லது குறைப்பார்கள். சமயங்களில் மாற்றம் செய்யாமல் விட்டுவிடுவார்கள்.

ரிசர்வின் அறிவிப்புக்குப் பின் பங்குச் சந்தை போன்றவற்றில் ஏற்ற இறக்கங்கள் ஏற்படும். அந்த ஏற்ற இறக்கங்கள் வட்டி குறைப்பு நடவடிக்கையை மட்டும் பொருத்ததல்ல. உடன் ரிசர்வின் தலைவர் உலக பொருளாதார் நிலை, நிதி நிலை போன்றவை குறித்து என்ன விளக்கம் கொடுக்கிறார் என்றும் முதலீட்டாளர்கள் கவனிப்பார்கள். அதற்கும் முக்கியத்துவம் கொடுத்து சந்தையில் மறுவினையாற்றுவார்கள்.

வட்டி குறைப்பு அல்லது அதிகரிப்பு தவிர, தலைவர் பேச்சின் தொனி (டோன்) எப்படி இருக்கிறது? நம்பிக்கை காட்டுகிறதா? அல்லது நம்பிக்கை குறைவாக காட்டுகிறதா? என்பதை கவனித்து, அதற்கு ஏற்ப பெடரல் ரிசர்வின் அடுத்தடுத்த நடவடிக்கைகள் இருக்கும் என யூகிப்பதே அவர்களின் மறுவினைக்கு காரணம்.

பெடரல் ரிசர்வ் தலைவர், ரிசர்வ் வங்கித் தலைவர், ஐரோப்பிய யூனியன் வங்கித தலவர் ஆகியோர், பொருளாதார நிலைமை குறித்து பேசுவது போலவே, எல்லா நிறுவனங்களும் அல்ல. சில பெரிய நிறுவனங்கள் அதிலும் குறிப்பாக தகவல் தொழில்நுட்பு துறை நிறுவனங்கள் அவற்றின் நிதிநிலை முடிவுகளை அறிவிப்பதுடன் கூடவே அடுத்த காலாண்டுகள், முழு நிதியாண்டு எப்படியிருக்கும் என்று அவர்களுடைய பார்வையை முதலீட்டாளர்களுக்குத் தெரிவிப்பார்கள்.

நிறுவனத்தின் வியாபாரம் எப்படியிருக்கும் என்பதை முதலீட்டளர்களும் தெரிந்துகொள்ளவேண்டும் என்ற வெளிப்படைத் தன்மை நோக்கத்தோடு, தகவல்கள் எதிர்பார்புகளைப் பகிர்ந்துகொள்வார்கள். அதன் பெயர் 'ரெவென்யு கைடென்ஸ்.'

அப்படி ஏற்கனவே இன்போசிஸ் தெரிவித்த 'ரெவென்யு கைடென்ஸ்', இந்த 23-24 நிதியாண்டில் இன்போசிஸ் நிறுவனம் +1 முதல் மைனெஸ் 3.5 % வரை வியாபாரம் (ரெவென்யு) செய்யலாம் என்பது.

அந்த 'கைடென்சை கடந்த விழாயன் அன்று இன்போசிஸ் மாற்றியிருக்கிறது. அந்த அறிவிப்புதான் ஏமாற்றம் தந்திருக்கிறது என்கிறார்கள் முதலீட்டாளர்கள்.

ஏமாற்றம் காரணமாக விலை 7% குறைந்ததே! அப்படியென்றால் இன்போசிஸ் 'கைடென்ஸ்' இன்னும் மோசமாக இருந்ததா?

அதுதான் வியப்பு. முன்பு +1 முதல் மைனெஸ் 3.5% வரை வியாபாரம் குறையலாம் என்றதை, இப்போது +1 முதல் மைனெஸ் 2.5% மட்டுமே என்று கைடென்ஸ் கொடுத்திருக்கிறது இன்போசிஸ். ஆனாலும் விலைகளுக்கு அடி.

'கைடென்ஸ்' மாறிவிடும், ரெவின்யு குறைவே இருக்காது. ரெவென்யு கூடும் என்று 'கைடென்ஸ்' எதிர்பார்த்தார்கள் போல. தவிர,

இன்போசிஸ் இந்த ஆண்டு, 7,530 ஊழியர் எண்ணிக்கை குறைப்பு செய்வதாக தெரிவித்திருப்பதும், நிறுவனத்தின் வியாபார நிலை குறித்து 'செய்தி' தெரிவிப்பதாக நினைக்கிறார்கள் போலும்.

அதற்கு முந்தைய நாள்தான் தகவல் தொழில்நுட்பத் துறை ஜாம்பவான் நிறுவனம் டிசிஎஸ், அதேபோன்ற, 'குறையும் வியாபார வளர்ச்சி' என்ற செய்தி கொடுத்து, கூடவே, இந்த நிதி ஆண்டில் மொத்த பணியாளர் எண்ணிக்கை 6,333 குறைவாக இருக்கும் என்று தெரிவித்திருந்தது.

வியாபாரம் எப்படியிருக்கும் என்பதற்கு கைடென்ஸ் கொடுக்கவில்லைதான். ஆனால் அதுகுறித்து டிசிஎஸ் சொன்ன வார்த்தை, 'மிருதுவான வளர்ச்சி' சாப்ட் குரோத்.

இந்த இரு நிறுவனங்களும் வியாபாரம் குறையலாம் என்பதற்குச் சொல்லும் காரணம், அமெரிக்கா உள்ளிட்ட நாடுகளில் இருக்கும் நிறுவன வாடிக்கையாளர்கள், அவர்களது செலவுகளைச் குறைக்கிறார்கள். அதனால் எங்களுக்கு வரவேண்டிய வியாபாரம் குறைகிறது என்பதுதான். 'டிஸ்கிரீஷனரி ஸ்பெண்டிங்' குறைகிறது.

மற்ற துறைகள், அவர்களது வியாபாரம் லாபம் எல்லாம் நன்றாக இருந்தால்தான், தகவல் தொழில்நுட்பத்துறை நிறுவனங்களுக்கு வியாபார ஆணைகள் கிடைக்கும்.

உலக அரசியல் பொருளாதார நிலைகள் சரியில்லை என்பதே மூலகாரணம்.

ஏமாற்றம் அடைந்தவர்கள் சொல்லும் காரணங்கள், நாங்கள் எதிர்பார்த்ததை விட நிதிநிலை முடிவுகள் சுமாராக இருக்கின்றன, கைடென்ஸ் நம்பிக்கை அளிப்பதாக இல்லை ஆகியவை.

இப்படியாக ஒன்றிரண்டு அல்ல. பல தரகு நிறுவனங்கள் இருக்கின்றன.

அப்படிப்பட்ட சில பெரிய நிறுவனங்கள் டிசிஎஸ் நிறுவனத்தின் பங்குகளை இப்போது வாங்கலாமா வேண்டாமா? அவற்றின் இலக்கு விலை- டார்கெட் ப்ரைஸ்- என்ன என்று சொல்லி இருக்கிறார்கள் என்று பார்த்தேன். வேடிக்கையாக இருக்கிறது. எல்லோரும் ஒரே விலை அல்ல. கிட்டத்தட்ட கூட சொல்லவில்லை. 3750 விலை நடக்கும் TCS பங்கு, 2930 க்கு வரும் என்கிறது ஒரு

தரகு நிறுவனம். 4020 வரை போகும் என்கிறது மற்றொன்று.

- கோல்ட் மேன் சேக்ஸ் : 4020
- ஜெஃப்ரிஸ் : 3690
- HSBC : 3628
- மார்கன் ஸ்டான்லி : 3590
- சிட்டி : 3170
- நுமுரா : 3030
- நிர்மல் பேங் : 2930

ஆக, இவற்றில் இருந்து இரண்டு விஷயங்கள் புரிகிறது.

முதலாவது ரிசல்ட் மட்டுமல்ல. கைடென்ஸ்சும் முக்கியம். இரண்டாவது, ஆய்வு நிறுவனங்கள் ஒரே போல கணிப்பதில்லை.

பொருளாதாரம்

16. இந்தியா ரிப்போர்ட் கார்ட் எப்படியிருக்கு?

ஐயா எனக்கு உடம்பு எப்படி இருக்கிறது என்று ஒரு மருத்துவரிடம் கேட்டால் அவர்,

"உங்களுக்கு எல்லாம் சரியாக இருக்கிறது இப்படியே பராமரித்துக் கொள்ளுங்கள்" என்று சொன்னால், மகிழ்ச்சியாகத்தான் இருக்கும். ஆனாலும் கொஞ்சம் தயங்கியாவது, "டாக்டர் எதை வைத்து அப்படிச் சொல்கிறீர்கள்?" என்று கேட்போமல்லவா?

கேட்கிறோம். அவர் சிரித்துக்கொண்டே,

"உங்கள் மெடிக்கல் ரிப்போர்ட்டில் வந்திருக்கும் எண்களைப் பார்த்தேன். அவை 98.6, 99, 98, 80/120 என்கிற அளவில் இருக்கின்றன. அதை வைத்துதான் சொல்கிறேன். எல்லாம் சரியாக இருக்கிறது இப்படியே வைத்துக்கொள்ளுங்கள்."

மருத்துவர் சொல்லும் எண்கள் எவை குறித்து என்று சிலருக்கு தெரிந்திருக்கும். முதலாவது 98.6 என்பது, பாரன்ஹீட் , அவருடைய உடல் டெம்பரேச்சர். அடுத்து இருக்கும் 99 என்பது, கடந்த மூன்று நான்கு ஆண்டுகளாக விரலில் மாட்டி சோதனை செய்கிறார்களே அந்த ஆக்சிஜன் அளவு. மூன்றாவதாக இருக்கிற 98, அவருடைய 'பாஸ்டிங் சுகர்' அளவு. இறுதியாக இருக்கிற 80/ 120 என்பது, அவருடைய ரத்த அழுத்த அளவு.

எண்கள் எல்லாம் இருக்கவேண்டிய அளவுகளில் இருப்பதால் மருத்துவர் அப்படிச் சொல்கிறார்.

இப்போது ஊடகங்களில் வெளிவந்துகொண்டிருக்கும் இந்தியப் பொருளாதாரம் குறித்த சில எண்களைப் பார்ப்போம். முதலில்

அவை எவை குறித்து என்று உங்களால் யூகிக்க முடிகிறதா என்று பாருங்கள்.

7.2%, 1.57, 58.7. 6.36%, 590 , 150.5

சிலர் கண்டுபிடித்திருக்கலாம்.

முதல் எண் 7.2% என்பது கடந்த 2022-23 நிதி ஆண்டில் இந்தியாவின் உள்நாட்டு உற்பத்தி மதிப்பான, ஜிடிபி வளர்ந்த அளவு. ‘ஜிடிபி குரோத் % ’

அடுத்த 1.57 என்பது வெறும் 1.57 அல்ல. 1.57 லட்சம் கோடி ரூபாய்கள். மே 2023 என்ற ஒரு மாதத்தில் மட்டும் இந்தியாவில் வசூலான ஜிஎஸ்டி. வரித் தொகை.

மூன்றாவதாக இருக்கும் 58.7% என்பது வெகு சிலருக்கே தெரிந்த ஒரு சதவீதம். அதன் பெயர் பர்சேஸ் மேனேஜர்ஸ் இண்டெக்ஸ் எண். PMI. அதில் இரு பிரிவுகள் உண்டு. ஒன்று, உற்பத்தி துறைக்கானது. மற்றது சேவைத்துறைக்கானது. மே 2023ல் உற்பத்தித் துறைக்கான மேனுபேக்கசரிக் பிஎம்ஐ 58.7%.

நான்காவதாகக் கொடுக்கப்பட்டிருக்கும் 6.36% என்பது, 2022-23ம் ஆண்டிற்கான இந்தியாவின் ‘பிஸ்கல் டெபிசிட் அளவு. அதாவது மத்திய அரசின் வரவுக்கும் செலவிற்குமான இடைவெளி, நாட்டின் ஜிடிபியின் சதவீதமாக.

ஐந்தாவதாக இருக்கும் எண்ணான 590 என்பது, 590 பில்லியன் யு எஸ் டாலர்கள். இந்தியாவின் அன்னியச் செலாவணி கையிருப்பு.

ஆறாவது எண் 150.5. இது இந்தியாவில் உற்பத்தித்துறை எப்படி செயல்பட்டுக் கொண்டிருக்கிறது என்பதைக் காட்டும் சுட்டி. ‘இன்டெக்ஸ் பார் இண்டஸ்டிரியல் புரடெக்ஷன்’, IIP.

மருத்துவர் சில எண்களைப் பார்த்துவிட்டு, எல்லாம் நல்ல இருக்கு என்றாரே, அப்படி இந்த பொருளாதாரம் குறித்த எண்களை வைத்து என்ன சொல்லலாம் என்பதுதான்.

இவையெல்லாம் இந்தியாவின் பொருளாதாரம் குறித்த ‘ரிப்போர்ட் கார்ட்’டில் உள்ள எண்கள்.

மேலே மருத்துவர் மெடிக்கல் ரிப்போர்ட்டில் பார்த்ததாக

குறிப்பிடப்பட்டிருப்பவை எடுத்துக்காட்டிற்காகக் கொடுக்கப்பட்ட கற்பனையான எண்கள். ஆனால் இந்தியப் பொருளாதார நிலை இப்போது எப்படி இருக்கிறது என்பதைத் தெரிந்துகொள்ள உதவும் மேலே கொடுக்கப்பட்டிருக்கும் இந்த ‘இந்தியா ரிப்போர்ட் கார்ட்’ எண்கள் எல்லாம் உண்மையானவை.

அமெரிக்கா, ஜெர்மனி சிங்கப்பூர் ஜப்பான் மற்றும் இன்னும் பல நாடுகளும் பொருளாதார சுருக்கம் கண்டுகொண்டிருக்கிற கொரானா மற்றும் பணவீக்க காலகட்டத்திற்குப் பிறகான சூழலில், இந்தியாவின் 7.2 % அளவு ஜிடிபி வளர்ச்சி என்பது, மிக மிக அதிகம். அதனால்தான் உலக முதலீடாளர்கள் சிலர், இந்திய சந்தையை, ‘ஸ்வீட் ஸ்பாட்’ என்று குறிப்பிடுகிறார்கள்.

உற்பத்தித் துறை வளர்ச்சி, அரசுக்கு வருமானம் தரும் ஜி.எஸ்.டி. வரி வசூல், திட்டமிட்டதைக் காட்டிலும் குறைவான சதவீதத்தில் இருக்கும், அரசின் கடனைக் குறைக்கும், பிஸ்கல் டெபிசிட், நாட்டின் இறக்குமதிகளுக்கு தொந்திரவு வராத நிலையைக் காட்டக்கூடிய ஒன்றான அன்னிய செல்வாணி கையிருப்பு என பலவும் ஆரோக்கியமான நிலையில் இருப்பதை அந்த எண்கள், சத்வீதங்கள் காட்டுகின்றன,

ஆக, இந்திய பொருளாதாரம் இந்தக் கூறுகளின் அடிப்படையில் தற்போது நன்றாக இருக்கிறது. உடல் நிலையைப் போலவே, இந்த எண்களும் தற்போதைய நிலையைக் காட்டுபவை. நிலைமை பிறகு மாறலாம்.

இவற்றையெல்லாம் வைத்துதான், அன்னிய நாட்டு முதலீட்டாளர்களான FII, FPIகள், பெரு முதலீடாளர்களான HNI கள், மற்றும் பெரும் நிறுவனங்களான Institutions போன்றோர் பங்குச் சந்தையில் முதலீடு செய்கிறார்கள்.

ஜனவரி, பிப்ரவரி மாதங்களில் நிகரமாக சுமார் 34,000 கோடிக்கு விற்ற FPI கள், மே மாதம் நிகரமாக சுமார் 43,800 கோடி ரூபாய்க்கு இந்தியப் பங்குகளை வாங்கியிருக்கிறார்கள்.

இதே விதமாக பல்வேறு பொருளாதார எண்களும் தொடர்ந்து வெளிவந்தால், இந்திய பங்குச் சந்தைகளில் காளை ஓட்டம் தொடரும்.

நிலைமை இப்போது நன்றாக இருப்பது சரி. பின்னால் வேறு காரணங்கள், சூழ்நிலைகளால் நிலைமையில் மாற்றம் வரலாம் என்பதும் யதார்த்தம். எனவே, வாங்கிய பிறகு இறங்கினாலும் கவலைப்பட வேண்டியதில்லை என்கிற அளவுகளில் உடனடியாகத் தேவைப்படாத பணத்திற்குச் சில காரணங்களுக்காக விலை இறங்கினாலும், மீண்டும் எழுந்துவிடக்கூடிய நிறுவனப் பங்குகளாகத் தேர்ந்து வாங்குவது பங்குச் சந்தையில் உறுதியாக பணம் பண்ணும் வழி.

எந்தப் பங்குகளை வாங்கலாம், சேர்க்கலாம் அல்லது ஏற்கனவே வாங்கி வைத்திருக்கும் எந்த பங்குகளை இப்போது விற்று வெளியேறிவிட வேண்டும் என்பனவற்றை முடிவு செய்ய நிறுவனம் குறித்த வேறு சில எண்களைப் பார்க்கவேண்டும்.

- நிறுவனத்தின் முதல் எவ்வளவு (ஈக்விட்டி)
- நிறுவனத்தின் கடன் (டெட்) எவ்வளவு
- நிறுவனம் வரிக்குப் பண்ணியதாக எவ்வளவு ரூபாய் சம்பாதிக்கிறது (பிராபிட் ஆஃப்டர் டேக்ஸ்)
- அதன் ஒரு பங்கிற்கான சம்பாத்தியம் எவ்வளவு (ஈபிஎஸ்)
- அதன் ஈபிஎஸ்சை போல் எத்தனை மடங்கு சந்தையில் விலை போய்க்கொண்டிருக்கிறது (பி ஈ ரேஷியோ)
- நிறுவனத்தினுடைய மொத்த வியாபாரம் வளர்ச்சி எப்படி? (ரெவென்யு குரோத்)
- மொத்த வருமானத்தின் எத்தனை % நிறுவனத்தின் லாபமாக இருக்கிறது (கிராஸ் பிராபிட் மார்ஜின்)
- கடந்த சில பல ஆண்டுகளில் நிறுவனத்தின் வியாபாரம் எப்படி இருந்தது? அதனுடைய தொடர்வளர்ச்சி எப்படி இருக்கிறது (ரெவென்யு & பிராபிட் ஹிஸ்டரி)
- நிறுவனத்தின் நிறுவன பங்குகளின் முக மதிப்பை போல எவ்வளவு அளவு புத்தக மதிப்பு இருக்கிறது (புக் வேல்யு)

இன்னும் சிலவும் இருக்கின்றன. செல்வம் பெருக, பார்த்து வாங்குங்கள்.

17. சீனாவின் பொருளாதார வளர்ச்சி குறைகிறதா?

சீனாவின் பொருளாதார வளர்ச்சியின் வேகம் குறைவதாக பார்க்லேஸ், ஜேபி மார்கன் போன்ற ரேட்டிங் ஏஜென்சிகள் அறிக்கை கொடுத்திருக்கிறார்கள். 2023ம் ஆண்டில் சீனாவின் ஜிடிபி வளர்ச்சி 4.8 அல்லது 4.9 % ஆக இருக்கும் என்று கணிக்கிறார்கள். கடந்த சில தசமங்களாக சராசரியாக 9 % வளர்ச்சி கண்ட சீனாவிற்கு 5% வளர்ச்சி என்பது மிகக்குறைவு. இது கவனத்தில் எடுத்துக்கொள்ளப்படவேண்டிய தகவல்.

அப்படி கணிப்பதற்கு சமீபத்தில் வெளிவந்திருக்கும் இரண்டு புள்ளிவிவரங்கள் காரணம். முதலாவது, இரண்டாம் காலாண்டான Q2 வில் சீனாவின் ஜிடிபி வளர்ச்சி, எதிர்பார்க்கப்பட்ட 7.3% அளவு இல்லை. 6.3%தான் வந்திருக்கிறது.

அடுத்தது, சீனாவின் 2023 ஜூன் மாதப் புள்ளிவிவரங்கள்.

- கடந்த ஜூனைவிட 2023 ஜூனில் ஏற்றுமதி 8.1 % குறைவு. இறக்குமதியும் 2.6 % குறைவு.
- நகராட்சி போன்ற 'லோக்கல் கவர்மென்ட்ஸ்' வாங்கியுள்ள கடன் தொகை அவற்றின் ஜிடிபிகளில் 70% என்பது போல பெரிய அளவுகளில் அதிகரித்திருக்கிறது.
- 16 முதல் 24 வயது வரையில் உள்ள இளைஞர்களில் 21 சதவீதத்தினருக்கு வேலை இல்லை.
- ஸீரோ கோவிட் பாலிசி என்கிற ஊரடங்குகளுக்குப் பிறகு வழக்கமாக மற்ற நாடுகளில் நடந்தது போல காத்திருந்தோர் பாய்ந்து வாங்கும் 'ரிவெஞ்ச் ஷாப்பிங்' சீனாவில் நடக்கவில்லை. மாறாக, சில்லறை விற்பனை 3.1% மட்டுமே அதிகம். (மே மாதம் 12.7%)

- வழக்கமாக ஜூன் மாதத்தில் நடைபெறும் 'டிராகன் போட்' திருவிழா நிகழ்ச்சிக்கு உள்நாட்டு மக்கள் வருகை எண்ணிக்கை வழக்கத்தை விட மிகவும் குறைவு.
- முதல் அரையாண்டில் மக்கள் வங்கிகள் போட்டுவைக்கும் டிப்பாசிட் தொகை முந்தைய ஆண்டைக் காட்டிலும் 18 % அதிகரித்திருக்கிறது. இது கடந்த 10 ஆண்டுகளில் இல்லாத அளவு அதிகம்.
- முக்கியமாக சீனாவின் 20% பொருளாதாரம் சார்ந்திருக்கும் வீடு அலுவலகக் கட்டடங்களின் விலைகள் சரித்திருக்கின்றன.
- ஒரே ஆறுதல், ஜூனில் தொழிற்சாலை உற்பத்தி 3.5 % ல் இருந்து 4.4 % ஆக உயர்ந்திருக்கிறது.

உலகப் பொருளாதாரத்தில், இரண்டாவது பெரிய பொருளாதாரமான சீனாவின் பங்கும் தாக்கமும் கணிசமானது. மொத்த உலகப் பொருளாதார அளவில் சுமார், 18% சீனாவினுடையது. அதன் உள்நாட்டு உற்பத்தி மதிப்பு -ஜிடிபி- 18 ட்ரில்லியன் டாலர்கள். சீனாவின் ஏற்றுமதி ஆண்டுக்கு 3700 பில்லியன் யுஎஸ் டாலர்கள். இறக்குமதி 3100 பில்லியன் டாலர்கள்.

பல்வேறு நுகர்வுப் பொருட்கள், அவற்றை உற்பத்தி செய்யும் சாதனங்கள், எந்திரங்கள், எலெக்ட்ரிக் வாகனங்கள், கட்டுமானப் பொருட்கள், விமானங்கள், யுத்த தளவாடங்கள், மரபுசாரா எரிசக்தி உற்பத்தி சாதனங்கள் என்று எதையும் பெரிய அளவுகளில் உற்பத்தி செய்யும் நாடாக, உலகின் உற்பத்திக்கூடமாக சீனா மாறிப் பல ஆண்டுகள் ஆகின்றன.

வேறு எந்த நாட்டைக் காட்டிலும் குறைவான விலையில், துரிதமாக, எந்தப் பெரிய அளவுகளிலும் கொடுக்க முடியும் என்பது போன்ற காரணங்களினால், அமெரிக்கா ஐரோப்பிய நாடுகள் உள்பட இன்னும் பல நாடுகளுக்கும் சீனா தொடர்ந்து பெரிய ஏற்றுமதியாளராக இருந்து வருகிறது.

பெரும் உற்பத்தியாளராக இருப்பதால், உலகில் இருக்கிற பல்வேறு நாடுகளில் இருந்து பல மூலப் பொருட்களை, முக்கியமாக கனிமப் பொருட்களைப் பெரிய அளவுகளில் தொடர்ந்து பல ஆண்டுகளாக இறக்குமதி செய்துகொண்டு, அதன் காரணமாக,

மூலப்பொருட்கள் ஏற்றுமதி செய்யும் பிரேசில் ஆஸ்திரேலியா போன்ற நாடுகளுக்கும் மிக முக்கிய நாடாக மாறிவிட்டது சீனா.

இப்படியாக கடந்த சில தசமங்களாக பெருவளர்ச்சி கண்ட சீனாவின் பொருளாதார ஓட்டத்தில் வந்திருப்பது தற்காலிக தளர்வா? அல்லது முடிவுக்கு வருவதன் அறிகுறியா? என்பது முக்கியமான கேள்வி. அதுமட்டுமல்ல இன்னும் சில கேள்விகளுக்கும் கூட விடை வேண்டும்.

- குறுகிய காலத்தில் அதிக அளவு வளர்ச்சி என்பது வீக்கம் போன்றது பின்னால் முடிந்துவிடும் என்பதற்கு சீனா மற்றொரு உதாரணமாகிக்கொண்டிருக்கிறதா?
- ஜாப்பானுக்கு நேர்ந்துள்ளதுபோல குறிப்பிட்ட கால பெருவளர்ச்சிக்குப் பின் தொடர்ந்து பொருளாதார வீழ்ச்சி சீனாவுக்கும் ஏற்படுமா?
- பொருளாதார பிரச்சனைகளை சமாளிக்க சீன ஆட்சியாளர்கள் வேறு ஏதாவது நடவடிக்கைகள் எடுப்பார்களா? அதனால் சீனாவிலும் உலக அரசியலிலும் வேறு ஏதும் புதிய சிக்கல்கள் வருமா?
- ஏற்கனவே சீனாவின் சில சிக்கல்களை தெரிந்து கொண்டால் சில நாடுகள் சீனாவில் இருந்து அவற்றினுடைய உற்பத்தி மற்றும் வியாபாரங்களை வேறு சில நாடுகளுக்கு மாற்றியிருக்கின்றன. ஆப்பிள் சாம்சங் போன்ற சில நிறுவனங்கள் அவற்றின் உற்பத்தியை சீனாவில் இருந்து இந்தியாவிற்கு நகர்த்தியிருக்கின்றன. இந்த சீனாவின் பொருளாதார சுணக்கத்தால் மேலும் சிலபல நிறுவனங்கள் இந்தியா பக்கம் திரும்புமா? சீனாவின் பிர்ச்னை இந்தியாவிற்கு சாதகமா?
- 2007-08ம் ஆண்டு சப் பிரைம் தொடர்பான உலக பொருளாதார பெருமந்த நிலையில் சீன அரசு அதிகப்படியான ‘ஸ்டிமுலஸ்; கொடுத்து சீனப் பொருளாதாரக் கப்பல் தரைதட்டிவிடாமல் பார்த்துக்கொண்டது. கோவிட்-19 சிக்கல்களால் உலக பொருளாதாரம் தடுமாறிக்கொண்டிருக்கிற இந்த நேரத்தில் சீனாவின் வளர்ச்சியும் குறைய ஆரம்பித்திருக்கிறது. சீனாவில் மீண்டும் ‘ஸ்டிமுலஸ்’ சலுகைகள் வருமா?

- ஏற்கனவே செய்த வட்டிவிகிதக் குறைப்புகளால் பெரிய மாற்றம் வரவில்லை. அதனால் மேலும் குறைப்பார்களா? அல்லது வேறு ரீபார்ம்ஸ் செய்வார்களா?
- சீன அரசு 2023ம் ஆண்டிற்கு 5% வளர்சியை இலக்காகக் கொண்டிருக்கிறது. அதுவே போதும் என்று சீனா நினைக்கிறதா?
- சீனாவின் உயர் அதிகார அமைப்பான போலிட்பியுரோ கூட்டம் நடந்திருக்கிறது. அதில் இதுகுறித்துப் பேசியிருக்கிறார்கள். அறிக்கையும் வந்திருக்கிறது. ஆனால், இன்னும் புதிய ரீபார்ம்ஸ் ஏதும் அறிவிக்கப்படவில்லை. செய்வார்களா? என்ன செய்வார்கள்?

காத்திருப்போம்.

18. குறையும் சேமிப்பு, பொருளாதார வளர்ச்சியைப் பாதிக்குமா?

47 ஆண்டுகளில் இல்லாத அளவாக இந்தியக் குடும்பங்கள் சேமிக்கிற அளவு குறைந்திருக்கிறது என்கிறது சமீபத்தில் வெளிவந்திருக்கிற மத்திய ரிசர்வ் வங்கியின் அறிக்கை.

மொத்த உள்நாட்டு உற்பத்தி மதிப்பான ஜிடிபி யின் சதவிகிதமாகக் கணக்கிடப்படுகிற இந்த, 'நெட் பைனான்சியல் ஹவுஸ்ஹோல்டு சேவிங்ஸ்' என்பது, நடந்து முடிந்திருக்கும் 2022-23 ம் ஆண்டில் 5.1 சதவீதம் மட்டுமே.

இதன் அளவு, முந்தைய 2021-22 ல் 7.2 சதவீதமாகவும், அதற்கும் முந்தைய 2020- 21 நிதி ஆண்டில் 11.5 சதவீதமாகவும் இருந்திருக்கிறது. ஆக, 23ம் ஆண்டில் குறைந்திருக்கிறது என்பது மட்டுமல்ல. கடந்த மூன்று ஆண்டுகளாகத் தொடர்ந்து குறைந்துவருகிறது என்பதும் செய்தி.

மக்கள் அவர்கள் சம்பாதிக்கிற பணத்தில் ஒரு பகுதியைச் செலவு செய்யாமல் சேமிக்கிறார்கள். சேமிக்கிற அந்தத் தொகையைத் தங்கம் மற்றும் ரியல் எஸ்டேட் ஆகியவற்றில் போடலாம். இந்த வகை சேமிப்புகளுக்கு 'நான் பைனான்சியல்' சேமிப்புகள் என்று பெயர்.

சேமிப்பின் மற்றொரு பகுதி, பணமாகவே வங்கியில் அல்லது பிற இடங்களில் வட்டி அல்லது டிவிடெண்ட் போன்ற வருமானங்களுக்காக வைத்து வைக்கப்படுகிறது. இவற்றை 'பைனான்சியல்' வகை என்று பெயர். இந்த வகையில், அஞ்சலக டிபாசிட்டுகள், வங்கி டிபாசிட்டுகள், சேமநல நிதியில் போடப்படும் பணம், ஆயுள் காப்பீடுக்காக கட்டப்படுகிற பிரிமியத் தொகைகள்,

பங்குகள், பரஸ்பர நிதிகளில் செய்யப்படும் முதலீடுகள் மற்றும் வெளிநாட்டு கரன்சிகளில் செய்யப்படும் முதலீடுகள் ஆகியவை அடங்கும்.

முதல் வகை 'நான் பைனான்சியல் அசெட்' களான தங்கம் மற்றும் ரியல் எஸ்டேட்டில் போடப்படும் பணம், பொருளாதார சுழற்சிக்கு வராமல் முடங்கிப் போகும். பயன்படாமல் உறங்கும். இந்த வகை சேமிப்புகளால பொருளாதார வளர்ச்சிக்கு உதவி இல்லை.

இரண்டாவது வகை சேமிப்பில் போடப்படுகிற பணம், தேவைப்படுகிற அரசாங்கம், நிறுவனங்கள் மற்றும் தனிநபர்களுக்குக் கடனாக வழங்கப்பட்டு, அதன்மூலம் பொருளாதார நடவடிக்கைகளுக்கும் வளர்ச்சிக்கு உதவும்.

பொதுவாக நம் நாட்டில் சேமிக்கப்படுகிற குடும்பங்களின் பணம் என்பது, இதுவரை 65 விழுக்காடு 'நான் பைனான்சியல் அசெட்களுக்கும், மீத 35 விழுக்காடு 'பைனான்சியல்' வைப்புகளுக்கும் போய்க்கொண்டிருக்கிறது.

அந்த இரண்டாவது பகுதியில் சேமிக்கப்படும் அளவுதான் இப்பொழுது குறைய ஆரம்பித்து கவலை கொடுக்கிறது. காரணம், அந்தப் பணம் வந்தால்தான் அரசாங்கங்களுடைய கடன்களுக்கு மற்றும் தொழில் வியாபாரம் செய்பவர்கள் செய்கிற கடன்களுக்கு ஏனைய கடன் விரும்புபவர்களுக்கு பணம் தாராளமாக கிடைக்கும். இல்லாவிட்டால் மாற்று ஏற்பாடுகள் காரணமாக நாட்டில் விலைவாசி அதிகரிக்கும்.

குடும்பங்கள் நிகரமாக சேமிக்கிற தொகை எவ்வளவு என்கிற புள்ளிவிவரம் தவிர, மற்றொரு புள்ளி விவரமும் ரிசர்வ் வங்கியின் அறிக்கையில் வெளிவந்து, கலக்கத்தை மேலும் அதிகப்படுத்தியிருக்கிறது. அது குடும்பங்கள் வாங்குகிற கடன் தொகை குறித்த புள்ளிவிவரம். அதுவும் ஆண்டின் மொத்த உள்நாட்டு உற்பத்தி மதிப்பான ஜிடிபியில் என்ன சதவிகிதம் என்றுதான் கணக்கிடப்படும்.

2021- 22 ஆம் ஆண்டில் ஜிடிபியில் 3.8 சதவீதமாக இருந்த குடும்பங்களின் கடன் அளவு, அடுத்த நிதியாண்டான 2023-ல் 5.8 சதவிகிதமாக உயர்ந்து இருக்கிறது.

சேமிப்பு குறைவது ஒரு சிரமம். கடன் அதிகரிப்பது மற்றொரு சிரமம். இரண்டும் ஒருசேர நடப்பது நிச்சயம் ஆராய்ந்து உடனடியாகச் சரிசெய்யவேண்டிய விஷயம்.

'இதற்கான காரணம் வேறு ஒன்றுமில்லை. நாட்டில் மக்கள் வாகனங்கள் வாங்கவும் வீடு வாங்க/கட்டவும் பெறுகிற கடன் தொகைகளின் அளவு மொத்த கடன்தொகையில் 62 சதவீதம். அவையெல்லாம் கரைந்துபோகும் பணமல்ல, 'டான்ஜிபிள் அசெட்'கள்தான்' என்பதுபோல மத்திய நிதி அமைச்சகம் தெரிவித்திருக்கிறது.

அந்த பதிலை ஓரளவு ஏற்றுக்கொண்டாலும், குடும்பங்களின் நிகர சொத்து மதிப்பு, அதாவது குடும்பங்களின் கடன்கள் போக நிகர சொத்து மதிப்பு அதிகரிப்பதும் கடந்த மூன்று ஆண்டுகளாகக் குறைந்துவருகிறதே! அது குறித்து என்ன சொல்ல?

2021ல் 22.8 லட்சம் கோடி ரூபாய் அளவு மக்களின் நிகர சொத்து மதிப்பு அதிகரித்தது. 21-22ல் 17 லட்சம் கோடிதான். 22-23ல் 13.8 லட்சம் கோடி மட்டுமே.

எனவே, 'பைனான்சியல் வகை சேமிப்பு' குறைவதற்கான காரணங்களை அவசியம் ஆராயத்தான் வேண்டும் . குறிப்பாக சில யூகங்கள் சரியா தவறா என்பது குறித்து.

அந்த யூகங்களில் ஒன்று, மக்களுடைய வருமானம் குறைந்து இருக்கலாம் என்பது. அடுத்த யூகம், விலைவாசி உயர்வு காரணமாக குடும்பங்களின் சேமிப்பு குறைந்திருக்கலாம். மூன்றாவதாக, மக்களுடைய மாறுகிற சமூகப் பழக்க வழக்கங்கள் காரணமாக செலவு செய்யும் மனப்பான்மை அதிகரித்து, சேமிக்கிற அளவு குறைந்திருக்கலாம்.

இவற்றைத் தவிர மற்றொன்றும் கூட காரணமாக இருக்கலாம், அது, கடந்த சில ஆண்டுகளாக வருமான வரி கட்டுகிறவர்களிடம் கொடுக்கப்பட்டிருக்கிற ரெஜிம் 1 எனும் வாய்ப்பு. அந்த வாய்ப்பை பயன்படுத்திக்கொள்கிறவர்களுக்கு வருமான வரி குறைவு. அதே சமயம், அவர்களுக்கு 80 சி, வீட்டுக்கடன்களின் வட்டிக்கு வரிவிலக்கு போன்றவை கிடையாது. அதனால் இளையோர் பலர் மட்டுமல்ல, புதிதாக வருமான வரி கட்ட ஆரம்பிக்கிற எவருக்கும் அவர்கள் சேமிப்பிற்காக வரி விலக்கு இல்லை என்றாகிவிட்டது.

சேமிப்பிற்கு வழங்கப்பட்டுக்கொண்டிருந்த வரிச் சலுகை எடுக்கப்பட்டுவிட்டதன் காரணமாக, சேமநலநிதி, ஆயுள் காப்பீடு போன்றவற்றில் பணம் சேமிக்கும் ஆர்வம் மக்களிடம் குறைந்திருக்கலாம்.

காரணங்கள் எதுவாக இருந்தாலும் தொடர்ந்து கூடுதல் பொருளாதார வளர்ச்சி எதிர்பார்க்கிற ஒரு நாட்டில் முதலீட்டிற்குத் தேவைப்படும் மக்களுடைய சேமிப்புப் பணம் குறைவது நல்லதல்ல. பைனான்சியல் வகை சேமிப்பை ஊக்கப்படுத்த காரணங்களை ஆராய்ந்து அரசு ஏதாவது செய்யவேண்டும்.

19. இந்தியப் பங்குகள் : ரேட்டிங் அப்கிரேட் ஏன்?

கடந்த வாரம் இரண்டு ரேட்டிங் ஏஜென்சிகளின் அறிவிப்புகள் வெளிவந்து பங்குச் சந்தைகளில் தாக்கம் ஏற்படுத்தின. முதலாவதாக வந்தது பிட்ச் என்ற அமைப்பின் ரேட்டிங்.

அமெரிக்க அரசின் கடன்பத்திரங்கள் குறித்த *Foreign-currency issuer default rating (IDR)* ரேட்டிங் *AAA* யிலிருந்து *AA+* க்கு குறைக்கப்பட்டது. அதனால் அமெரிக்க பங்குச் சந்தை குறியீட்டு எண்கள் நேஷ்டேக் மற்றும் டவ் ஜோன்ஸ் ஆகியவை முறையே 2 மற்றும் 1 சதவீதம் விழுந்தன.

AA+ என்பது மோசமான ரேட்டிங் அல்ல. 'ஸ்டேபிள்' என்ற பொருள்தான் அதற்கு. அமெரிக்க அரசு அது வாங்கக் கூடிய கடன் அளவை -டெட் சீலிங்- உயர்த்தியதற்காக இந்த ரேட்டிங் மாற்றம். முன்பு 2011ல் கூட இதேபோல 'டெட் சீலிங்' பிரச்னைக்காக *S&P* குளோபல் ஏஜென்சி, ரேட்டிங்கைக் குறைத்தது.

பங்குச் சந்தைகளைப் பொருத்தவரை அமெரிக்க பிரச்னை என்பது உலக பிரச்னைதான். அதனால் இந்திய பங்குச் சந்தைகளும் வீழ்ந்தன. ஆனால், அந்த இறக்கம் 2 நாட்களுக்குத்தான். அடுத்து வேறு ஒரு ரேட்டிங் ஏஜென்சியின் அறிக்கை வெளிவந்து, இந்திய பங்குச் சந்தைகளின் காளை ஓட்டம் விட்ட இடத்தில் இருந்து தொடர ஆரம்பித்திருப்பது போலத் தெரிகிறது.

இரண்டாவதாக வந்த அறிவிப்பு மார்கன் ஸ்டான்லியிடம் இருந்து. அமெரிக்கா குறித்தல்ல. இந்தியா உள்ளிட்ட எமெர்ஜிங் எக்கானமீஸ் (வளரும் பொருளாதாரங்கள்) குறித்து. ரேட்டிங் டவுன் கிரேட் அல்ல. உயர்வு செய்யும் அப் கிரேட். எல்லா தேசங்களுக்குமல்ல. இந்தியாவிற்கு.

முதலீடு செய்யத்தக்க நாடுகள் எவை என ரேட்டிங் ஏஜென்சிகள் அவ்வப்போது அறிக்கைகள் கொடுக்கும். ஆசியாவில் ஜப்பான் நீங்கலாக வளர்ந்து வரும் பொருளாதாரங்கள் (ஏசியன் எமர்ஜிங் மார்க்கெட்ஸ் எக்ஸ் ஜப்பான்)என்ற பட்டியலில் இந்தியாவிற்கு முதலிடம் கொடுத்திருக்கிறது மார்கன் ஸ்டான்லி.

முதலீடு செய்யத்தக்க பொருளாதாரங்களின் பட்டியலில், இதுவரை 6 வது நாடாக இருந்த இந்தியாவை இப்போது மார்கன் ஸ்டான்லி முதலாவது நாடாக அடையாளம் காட்டுகிறது. அதன் குறியீட்டில் இப்போது இந்தியா 'ஓவர் வெயிட்.'

அதே பட்டியலில் இன்னும் சில இட மாறுதல்களும் நடந்திருக்கின்றன. சீனா மற்றும் தைவான் நாடுகள் 'ஓவர் வெயிட்'டில் இருந்து 'ஈக்வல் வெயிட்' என்று மதிப்பு குறைக்கப்பட்டிருக்கின்றன. ஏற்கனவே 'ஈக்வல் வெயிட்டில் இருந்த ஆஸ்திரேலியா, 'அண்டர் வெயிட்' டிற்கு இறக்கப்பட்டிருக்கிறது.

ரேட்டிங் அப்கிரேடால் இந்தியாவிற்கு என்ன?

முதலீட்டு நிறுவனங்கள் சில வழிமுறைகளைப் பின்பற்றவேண்டும். அவற்றில் ஒன்று ரேட்டிங் ஏஜென்சிகள் கொடுக்கும் ரேட்டிங்குகளையும் கவனத்தில்கொண்டு முதலீடு செய்வது. அமெரிக்க, ஐரோப்பிய முதலீட்டு நிறுவனங்கள் வெளிநாடுகளில் முதலீடு செய்ய இந்த ரேட்டிங்குகள் வழிகாட்டும்.

இப்போது வெளிவந்திருக்கும் மார்கன் ஸ்டான்லி ரேட்டிங் அறிக்கையால், இந்தியாவிற்குள் வரும் பாரின் டைரெக்ட் இன்வெஸ்ட்மென்ட் (FDI) மற்றும் பங்குகளில் செய்யப்படும் முதலீடுகள் அதிகரிக்கலாம்.

ஏற்கனவே கடந்த சில மாதங்களாக பெரும் பணம் டாலர்களாக இந்திய பங்குச் சந்தைக்குள் வந்துகொண்டிருக்கிறது. மார்ச் 23ல் 7935 கோடியாக இருந்த அன்னிய நாட்டு (FPI) முதலீடுகள், ஏப்ரலில் 11,630 ஆக உயர்ந்து, மே மாதம் 43,838 கோடியாகவும், ஜூன் மாதம் 47,148 கோடியாகவும், ஜூலையில் 46,617 கோடி ரூபாய்களாகவும் இருந்தது.

Calendar Year	INR crores				
	Equity	Debt	Debt-VRR	Hybrid	Total
January-23	-28852.02	3530.87	-1076.15	-146.45	-26543.75
February-23	-5294.31	2436.45	-1044.23	-237.03	-4139.12
March-23	7935.63	-2504.87	-726.52	1194.97	5899.21
April-23	11630.82	805.56	1234.61	-126.20	13544.79
May-23	43838.11	3276.14	1513.68	-298.38	48329.55
June 23	47148.34	9178.42	-241.69	172.63	56257.70
July-23	46617.76	3725.96	-2226.68	-139.96	47977.08
August-23	-2033.73	1151.01	-177.30	650.98	-409.04
Total-2023	120990.60	21599.54	-2744.28	1070.56	140916.42

ஆகஸ்ட் மாத ஆரம்பத்தில்தான் கொஞ்சம் குறைந்தது. இனி அது மீண்டும் ஆரம்பிக்கலாம்.

இந்திய பங்குச் சந்தைகள் தொடர்ந்து உயர்ந்து கொண்டிருக்கின்றன. குறியீட்டு எண்கள் அடுத்தடுத்த மயில்கற்களை சாதாரணமாக தாண்டிக்கொண்டிருக்கின்றன. அதிகம்ச் உயர்ந்து விட்டது. இனி முடியாது. இறங்கத்தான் வேண்டும் என்றெல்லாம் முதலீட்டாளர்கள் மட்டுமல்ல பெரிய பங்கு ஆலோசனையை நிறுவனங்களும் சொல்லிக்கொண்டிருக்கையில் மார்கன் ஸ்டான்லியின் 'ரேட்டிங் அப் கிரேட்' வந்திருக்கிறது.

ஏற்கனவே நன்றாக எரிந்துகொண்டிருக்கிற பர்னருக்கு (நெருப்பிற்கு) புதிதாக இணைக்கபட்டிருக்கும் மற்றொரு கேஸ் (கேஷ்) ஆக மார்கன் ஸ்டான்லி ரேட்டிங் அப்கிரேட் மாறலாம்.

அப்கிரேடிற்கு மார்கன் ஸ்டான்லி சொல்லியிருக்கும் மூன்று காரணங்கள்: ஸ்ட்ரக்சுரல் அப்ரண்ட், செக்யுலார் லீடர்ஷிப் மற்றும் வேல்யுவேஷன் *(Structural uptrend, Secular leadership and relative valuations being less extreme than in October).*

அந்த அறிக்கை சொல்லும் இன்னும் சில காரணங்கள்:

- உலக அரசியல் நிலைமைகள் காரணமாக இந்தியாவிற்குள் வெளிநாட்டு பணம் வரும் வாய்ப்பு அதிகரித்திருக்கிறது.
- இந்தியாவின் 'மாக்ரோ இண்டிகேட்டர்; கள் பலம் காட்டுகின்றன.

- கொரோனாவிற்கு பிந்தைய காலகட்டத்தில் இந்தியாவின் உள்நாட்டு உற்பத்தி, நுகர்வு போன்றவை அதிகரித்திருக்கிறது. சீனாவில் குறைகிறது.
- இந்தியனுடைய சராசரி ஆண்டு வருமானம் 2,500 அமெரிக்க டாலர் அளவிலிருந்து தொடர்ந்து உயர வாய்ப்பு இருக்கிறது. ஆண்டு வருமானம் 12,700 அமெரிக்க டாலர்கள். இருக்கிற இருக்கிற சீனாவின் பெருவளர்ச்சி (பூம்) காலம் முடிவுக்கு வர இருக்கிறது.
- இந்தியர்களின் சொந்தக் கடன்கள் குறைவாக இருக்கின்றன. இந்தியர்கள் எடுத்திருக்கும் காப்பீடு போன்றவை சீனர்களோடு ஒப்பிடும்போது மிகக் குறைவு.
- சிறு குறு நிறுவனங்களுக்கு முதல் தரக்கூடிய பிரைவேட் ஈக்விட்டி இந்தியாவில் அதிகரிக்க ஆரம்பித்திருக்கிறது.
- பொருளாதார வளர்ச்சி அதிகரிப்பது, பணவீக்கம் குறைவது, இந்தியாவின் ஜிடிபி : கடன் விகிதாச்சாரம் குறைந்து வருவது இந்தியாவில் முதலீட்டுச் செலவுகள் அதிகரிப்பது போன்றவை சாதகமானவை.
- மின்சார வசதி துறைமுகங்கள் மற்றும் ஏற்றுமதி செய்யும் வாய்புகள் இருப்பதால் அமெரிக்கா, தைவான் ஜப்பான் நாட்டு நிறுவனங்கள் இந்தியாவில் முதலீடு செய்ய விரும்புகின்றன.
- டாலர் கணக்கில் ஒரு பங்குக்கான சம்பாத்தியம் (டாலர் இபிஎஸ்) என்பது சிறப்பாக இருக்கும் அதனால், வெளிநாடுகளில் இருந்து இந்தியாவிற்குள் வரக்கூடிய பணம் எஸ்.பி. ஐ தொடர்ந்து அதிகரிக்கும்.
- 2030 வாக்கில் இந்தியாவினுடைய பொருளாதார வளர்ச்சி ஆண்டுக்கு 6.5 % ஆக இருக்கும் அப்போது சீனா, 3.9% வளர்ச்சியில் இருக்கும்.

மொத்தத்தில் இந்தியா இப்போது ஒரு புதிய சகாப்தத்தின் ஆரம்பத்தில் இருப்பதாகச் சொல்கிறது.

20. வளர்ச்சிப் பாதையில் இந்திய ஜிடிபி

கொடுக்கும்போது கொட்டிக்கொடுக்கும் என்பார்கள். நடக்கும் போது எல்லாம் சேர்ந்து நடக்கும் என்றும் சொல்வார்கள். இந்திய பங்குச் சந்தைக்கும் அப்படித்தான் பல நல்ல விஷயங்கள் நடந்துகொண்டிருக்கின்றன.

ரிசர்வ் வங்கி, இந்தியாவினுடைய பொருளாதார வளர்ச்சி, ஜூலை செப்டெம்பர் என்கிற 2023-24 ன் இரண்டாவது காலாண்டில் 6.5% ஆக இருக்கும் என்று கணக்கிட்டு தெரிவிந்த்திருந்தது. "உங்க ஜட்ஜ்மெண்ட் ரொம்பத் தப்பு சார்" என்பது போல, வெளிவந்திருக்கிற Q2 ஜி டி பி குரோத் 7.6%. ஆக இருக்கிறது.

மதிய நிதி அமைச்சர் நிர்மலா சீதாராமன் ஏற்கனவே இது குறித்து கோடு காட்டி இருந்தார். வரும் காலாண்டில் நாட்டின் பொருளாதார வளர்ச்சி ஒரு நேர்மறையான வியப்பைக் கொடுக்கும் எனும் பொருள்பட 'பாசிட்டிவ் சர்ப்ரைஸ்' இருக்கும் என்று சொல்லியிருந்தார்.

வந்திருக்கிற 'பாசிடிவ் சர்ப்ரைஸ்' மார்ஜினலாக இல்லை. கணிசமான சர்ப்ரைஸ் ஆகவே இருக்கிறது. பட்டியலிடப்பட்டிருக்கிற நிறுவனங்களுடைய லாபம் மட்டும் உயர்ந்துகொண்டே போவதால் பலன் இல்லை. ஒட்டுமொத்த நாடும் பொருளாதா வளர்ச்சி காணவேண்டும். அந்த விதத்தில், இந்த 7.6 ஜிடிபி வளர்ச்சி என்பது பல முதலீட்டாளர்களுக்கும் பெரும் நம்பிக்கையை கொடுத்திருக்கிறது. கணக்குகளை மாற்றிப்போட வைத்திருக்கிறது.

ஒட்டுமொத்த வளர்ச்சி சதவீதம்தான் 7.6%. உள்ளே போய் பார்த்தால், உற்பத்தி துறை- மேனுஃபாக்சரிங்- வளர்ச்சி 13.9% கட்டுமானத் துறை - கன்ஸ்ட்ரக்ஷன் - வளர்ச்சி 13.3%.

தனிப்பட்ட பங்கு விலைகளும், பங்குச் சந்தை குறியீட்டு எண்களும் உயர்வதற்குக் காரணம் பொருளாதாரமும் நிறுவனங்களுடைய செயல்பாடுகளும் சிறப்பாக இருப்பது என்றாலும், மேலும் மேலும் முதலீடுகள் உள்ளே வந்தால்தான் சந்தைக்கு நல்லது. பங்கு விலைகளுக்குக் கூடுதல் பி ஈ ரேஷியோ கிடைக்கும்.

2023 என்கிற ஒரு காலண்டர் ஆண்டில், நவம்பர் வரையிலான முதல் 11 மாதங்களில், பரஸ்பர நிதிகள் பங்குகளில் முதலீடு செய்திருக்கிற மொத்த தொகை 1.5 லட்சம் கோடி. இன்னும் ஒரு மாதம் பாக்கி இருக்கிறது. 2022-ல் இது 1.8 லட்சம் கோடியாக இருந்தது. ஜிடிபி வளர்ச்சி போன்றவை சரியாக இருக்கிற காரணத்தினால் 2024 ஆம் ஆண்டிலும் சுமார் 1.5 லட்சம் கோடி அளவிற்கு பரஸ்பர நிதியில் பங்குகளை வாங்குவார்கள் என்று எதிர்பார்க்கப்படுகிறது. பங்குச் சந்தை போல் புதிதாக வருகிற பணம் இது.

இதில் கவனிக்க வேண்டிய ஒரு முக்கிய செய்தி, பரஸ்பர நிதிகள் மூலமாக பங்குச் சந்தைக்குள் வரும் பணத்தில் பெரும் பகுதி, ஸ்மால் கேப் பங்குகளுக்கும், அடுத்த அளவிலான பணம் மிட்கேப் பங்குகளுக்கும், மிகக் குறைந்த அளவு பணமே, லார்ஜ் கேப் பங்குகளுக்கும் போயிருக்கிறது.

22 அக்டோபர்-23 நவம்பர் என்ற கடந்த 12 மாத கணக்குப்படி, லார்ஜ் கேப் பண்டுகளுக்கு 4060 கோடிகளும், மிட் கேப் பண்டுகளுக்கு 21,993 கோடிகளும், ஸ்மால் கேப் பண்டில் 37,102 கோடிகளும் முதலீடாக போயிருக்கின்றன.

எல்லாம் சரியாக போய்க் கொண்டிருந்தாலும், பாராளுமன்ற தேர்தல் போன்ற அல்லது உலக பொருளாதார, அரசியல் தொடர்பான சிக்கல்கள் எதுவும் வந்தால், பங்குச் சந்தை ஆட்டம் கண்டால், கூடுதல் விலை இழப்புகளை சந்திப்பது ஸ்மால் கேப் பங்குகளாகத்தான் இருக்கும் என்கிறது அனுபவம்.

அந்நிய நாட்டு முதலீட்டாளர்களான FPI கள் 2022-23 ஆம் ஆண்டில் இந்திய பங்குச் சந்தையில் இருந்து நிகரமாக 1.2 லட்சம் கோடி ரூபாய்க்கு விற்றுப் பணத்தை வெளியே எடுத்தார்கள். அவர்களே, 2023- 24 ம் நிதி ஆண்டில் இதுவரை முதல் 7 மாதங்களில் மட்டும், 1.2 லட்சம் கோடி ரூபாய்களுக்கு நிகரமாக

வாங்கியிருக்கிறார்கள். இதுவும் பங்குச் சந்தைக்குள் வருகிற பணம்தான்.

இவையெல்லாம் தவிர, ப்ரீமியம் விலையில் பல புதிய பங்கு வெளியீடுகள் மற்றும் அவற்றை லிஸ்ட் செய்கிற போது மேலும் கூடியிருக்கிற விலைகள் என பல விதங்களிலும் இந்திய பங்குச் சந்தைகளின் மார்க்கெட் கேப்பிடலைசேஷன் தொடர்ந்து உயர்கிறது. கடந்த வாரம் புதிய சாதனையாக 4 ட்ரில்லியன் அமெரிக்கன் டாலர்கள் என்கிற அளவை தொட்டு இருக்கிறது. உலக நாடுகளில் மார்க்கெட் கேப்பிடலைசேஷன் பட்டியலில் நாம் இப்போது அடைந்திருப்பது ஐந்தாவது இடத்தை.

சந்தோஷமான செய்திகள் இதோடு முடியவில்லை. மற்றொரு நல்ல செய்தியும் கிடைத்திருக்கிறது. அது, அமெரிக்க அரசு ஊழியர்களின் பெடரல் ரிட்டயர்மெண்ட் திருப்ட். இன்வெஸ்ட்மெண்ட் ஃபண்ட் (FRTIB) என்ற 600 Billion USD பணம் வைத்திருக்கும் நிதியம் இந்தியாவில் முதலீடு செய்யப்போகிறது என்பதுதான். அமெரிக்கா மற்றும் அமெரிக்கா தாண்டி அந்த நிதியம், அதன் ஒரு பகுதி பணத்தை அமெரிக்கா, சீனா, ஹாங்காங் தவிர்த்து MSCI ஃபண்ட் என்று ஒன்றின் மூலம் மற்ற நாடுகளில் முதலீடு செய்யும். அந்த நிதியம் அதனுடைய முதலீட்டு வழிமுறைகள் செய்திருக்கிற சில மாறுதல் காரணமாக கனடா, இந்தியா, மற்றும் தைவான் ஆகிய நாடுகளில் இருக்கும் நிறுவன பங்குகளில் கூடுதலாக முதலீடு செய்ய முடிவெடுத்திருக்கிறது.

அதில் 30 ஆயிரம் கோடி ரூபாய் இந்திய பங்குச் சந்தைகளுக்குள் வர இருக்கிறது. ரிலையன்ஸ் இண்டஸ்ட்ரீஸ், ஐசிஐசிஐ வங்கி, ஹெச்டிஎஃப்சி வங்கி, டி சி எஸ், ஆக்சிஸ் பேங்க், பாரதி, எல்என்டி, ஹெச் யு எல் என பல நிறுவன பங்குகளை அந்த நிதியம் வாங்க இருக்கிறது. அவற்றை மட்டுமல்ல. மொத்தமாக 567 அதிக பப்ளிக் ஃப்ளோட் இருக்கிற நிறுவனங்களாக தேடி வாங்க இருக்கிறது. மொத்த பணத்திற்கும் ஒரேடியாக ஒரே தவணையாக வாங்காமல், அடுத்த காலண்டர் ஆண்டுக்குள், நாலு தவணைகளில் வாங்கவிருக்கிறது.

ஆம். வெளிநாட்டு நிறுவனங்கள் இந்தியாவில் பங்குகள் வாங்குகிற பொழுது அவை இருக்கிற துறை, செய்கிற லாபம், கொடுக்கிற வருமானம் போன்றவற்றை வைத்து தேர்வு செய்வதற்கு முன்பாக,

முதல் நிபந்தனையாக, அந்த நிறுவனங்களுடைய பங்குகள் போதிய அளவில் வாங்குவதற்கு கிடைக்குமா, ‘பப்ளிக் ஃப்ளோட்’ கூடுதலாக இருக்கிறதா என்று பார்க்கும். இதன் காரணமாகத்தான் செபி, கடந்த சில ஆண்டுகளாக அனைத்து நிறுவனங்களும் குறைந்த பட்சம் 25 சதவீதப் பங்குகளை பப்ளிக் ஃப்ளோட்டிற்குக் கொண்டுவரவேண்டும் என நிர்ப்பந்தம் செய்துகொண்டிருக்கிறது.

இந்தச் செய்திகளை எல்லாம் பார்க்கிறபோது, சந்தை மேலும் உயரும் என்று பலரும் கணக்கிடுகிறார்கள். கோல்டுமேன் சாக்ஸ் நிறுவனம் 2024 ஆம் ஆண்டு இறுதிக்குள் மும்பை பங்குச் சந்தையின் சென்செக்ஸ் 86,000 ஐத் தொடும் என்று ஒரு கணிப்பு வெளியிட்டிருக்கிறது. மற்றொரு ஆய்வு நிறுவனமான மார்கன் ஸ்டான்லி, நிஃப்டி இப்போது இருப்பதிலிருந்து 11 சதவீதம் வரை அடுத்த காலண்டர் ஆண்டில் உயரும் என்று கணித்திருக்கிறது.

ம்... பார்கலாம்.

சில புளுசிப் பங்குகள்

21. இப்ப மார்க்கெட்டில் ‘ஹாட்’டான துறை எது? எந்தப் பங்குகளை வாங்க போட்டி?

ஒவ்வொரு காலகட்டத்திலும் ஒவ்வொரு குறிப்பிட்ட துறைக்கு புதிய வாய்ப்பு இருப்பதாக, அது ஒரு ‘சன் ரைஸ்’ துறையாகப் பார்க்கப்படும். அந்தத் துறையில், தொழிலில் வேகமாக ஈடுபடும் நிறுவனங்களின் லாபம் ஏற்றம் காணும் என்கிற எதிர்பார்ப்பில் அந்தப் பங்குகளின் விலைகள் தொடர்ந்து உயரும்.

சில தசமங்களுக்கு முன்னால், ஒரு நேரம் நூற்பாலை பங்குகள், வேறு நேரங்களில் சிமெண்ட் நிறுவன பங்குகள் போன்றவை கொடி கட்டிப் பறந்தன. எந்த சிமிண்ட் நிறுவனப் பங்கும் அவை நட்டத்தில் இயங்கிக்கொண்டிருந்தால்கூட விலை உயரும். பலரும் வாங்குவார்கள். அதேபோல, எந்த டெக்ஸ்டைல் நிறுவனப் பங்குகளும்.

அடுத்ததாக பங்குச் சந்தைகளில் அப்படிப்பட்ட ஒரு மிகப்பெரும் கவன ஈர்ப்பு நிகழ்ந்தது, தகவல் தொழில்நுட்பத் துறை பங்குகளில்.

ஒரு நேரம், ‘இன்ஃபர்மேஷன் டெக்னாலஜி’ *(IT)* யோடு தொடர்பிருந்த எல்லாப் பங்குகளையும் வர்த்தகர்களும் முதலீட்டாளர்களும் வாங்கிக் குவித்தார்கள். அந்த கண்மூடித்தனமான மோகத்தைப் பயன்படுத்திக் கொண்டு பல்வேறு நிறுவனங்கள், அவற்றின் பெயர்களில் ‘இன்பர்மேஷன் டெக்னாலஜி’, ‘இன்போடெக்’ போன்றவை வருமாறு மாற்றிக்கொண்டார்கள். அந்தப் பங்குகளைன் விலைகளும் தாறுமாறாக உயர்ந்தன.

அதன்பின், ஐடியைப் போல வந்தவை, ஐடிஇஎஸ் (ITeS). அதேபோல டாட் காம் (Dot Com) பங்குகளின் மீதும் ஒரு காலகட்டத்தில் வர்த்தகர்களுக்கு மோகம் வந்தது. DSQ போன்ற பல நிறுவனப் பங்குகளின் விலைகள் பறந்தன. வேறு ஒரு நேரம் டெல்காம் நிறுவனங்களின் மீது அசாத்திய நம்பிக்கை காட்டினார்கள். அதனால் டெல்காம் நிறுவனப் பங்குகளின் விலைகள் ஆகாயத்தில்.

அதெல்லாம் 2000 களில். அதன்பின் பல ஆண்டுகளாக அப்படி ஒரு குறிப்பிட்ட துறை, ‘மிகவும் புதியது. இதுதான் இனி உலகை ஆளப்போகிறது. இதை வியாபாரம் செய்யும் நிறுவனங்கள் பணத்தை அள்ளும்’ என்று ஏதும் வரவில்லை. இப்போதுதான் வந்துகொண்டிருக்கிறது.

அப்படிப்பட்ட ஒரு எதிர்பார்ப்பும் கண்மூடித்தனமான வாங்குதலும் அமெரிக்க பங்குச் சந்தைகளில் ஆரம்பித்துவிட்டன. இந்தியாவில் இன்னும் வரவில்லை. வரலாம்.

அந்த வாய்ப்பை அள்ளித்தரும் ‘சன் ரைஸ்’ துறையின் பெயர், ஆர்டிபிஷியல் இன்டெலிஜென்ஸ் (AI) தொழில்நுட்பம். தமிழில் ஏஐ.

தற்சமயம் அமெரிக்கா பங்குச் சந்தைகளில் அதிகம் கவனிக்கப்படும், விரும்பப்படும் பங்குகளாக இருப்பவை, இந்த ஏஐ (AI) தொழில்நுட்பத்தில் வேகமாக முன்னேறிக்கொண்டிருக்கும் சில நிறுவனங்களின் பங்குகள்தான்.

பொதுவாக சிப்புகள் உருவாக்கும் நிறுவனங்கள் தகவல் தொழில்நுட்பத் துறையில் இருக்கும் நிறுவனங்கள் மற்றும் கிளவுட் கம்ப்யூட்டிங் துறையில் இயங்கும் நிறுவனங்கள் ஆகியவற்றுக்கு இந்த ஏஐ தொழில்நுட்பத்தில் ஈடுபடவும் வெற்றிபெறவும் கூடுதல் வாய்ப்புகள் இருப்பதாக கருதப்படுகிறது.

ஏஐ தொழில்நுட்பத்தை வைத்து அதிகம் சம்பாதிக்கக்கூடிய வாய்ப்பிருக்கும் பல்வேறு நிறுவனங்களில், எந்த நிறுவனம் விரைவாக, அதிகமாக வெற்றிபெறும் என்பதை முதலீட்டாளர்கள் கணிக்கிறார்கள். அந்தப் பங்குகளை வாங்கிக் குவிக்கிறார்கள். தங்கள் வாடிக்கையாளர்களையும் வாங்கி சேமித்து வைத்துக்கொள்ளச் சொல்கிறார்கள்.

Nvidia (NVDA) நிறுவனம் 'ஏஐ சிப்' களை அதிகம் தயாரிக்கிறது. இந்த நிறுவனத்தின் பங்கு விலை சமயத்தில் மிக அதிகமாக உயர்ந்திருக்கிறது. கடந்த ஓராண்டில் அந்நிறுவனப் பங்கின் விலை இரட்டிப்பாகியிருக்கிறது.

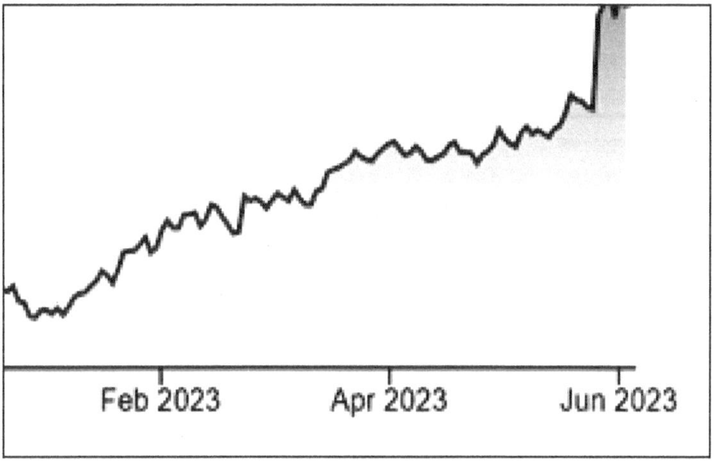

அந்த நிறுவனத்தினுடைய மொத்தப் பங்குகள் உடைய சந்தை மதிப்பு, மார்க்கெட் கேப்பிடலைசேஷன் ஒரு ட்ரில்லியன் அமெரிக்க டாலர்களை எட்டி இருக்கிறது.

தற்போது மிகப் பிரபலமாக இருக்கும் சேட் ஜிபிடி என்பதை உருவாக்க பத்தாயிரம் Nvidia சிப்புகள் பயன்படுத்தப்பட்டிருக்கலாம் என்கிறது UBS நிறுவனம். அப்படிப்பட்ட சிப்புகளை இந்த நிறுவனம் தயாரிக்கிறது.

அதேபோல மற்றொரு சிப் தயாரிப்பாளரான Marvell Technology நிறுவனத்தின் பங்கு விலைகளும் கடந்த ஆறு மாதங்களில் 40% உயர்ந்திருக்கிறது..

அமேசான் டாட் காம் மைக்ரோசாப்ட் மற்றும் கூகுள் உடைய அல்பாபெட் ஆகிய நிறுவனங்கள் கிளவுட் கம்ப்யூட்டிங் மூலம் பெற்றுக் கொண்டிருக்கும் வருமானம் குறைய ஆரம்பித்து இருக்கிறது. அதனால் அந்த மூன்று நிறுவனங்களும் இப்போது ஏஐ தொழில்நுட்ப 'பிராடெக்ட்'களை உருவாக்கி விற்பனை செய்கின்றன.

சிப் தயாரிக்கும் என்விடியா (*Nvidia*) மற்றும் அரிஸ்டா நெட்வொர்க் ஆகியவை அதிக லாபமிட்டும் என்று பேங்க் ஆப் அமெரிக்கா மார்கன் ஸ்டான்லி மற்றும் மார்க் லிஸ்ட் போன்ற நிறுவனங்கள் கணிக்கின்றன. *IBM, Accenture, and Epam Systems* ஆகிய பெயர்களும் ஏஐ யில் சிறந்துவிளங்கக்கூடிய நிறுவங்களாக பேசப்படுகின்றன. *TD Cowen* இந்த மற்றொரு நிறுவனம் கூகுள், மைக்ரோசாப்ட் மற்றும் என்விடியாவை சிறந்த முதலீட்டுக்குரிய ஏ ஐ பங்குகளாக பார்க்கிறது.

எந்த நிறுவனம் நிச்சயமாக ஜெயிக்கும் என்று உறுதியாக சொல்ல முடியாத நிலையில் பலரும் வாய்ப்பிருக்கும் பல்வேறு நிறுவனங்களுடைய பங்குகளை வாங்க பரிந்துரைக்கிறார்கள். எல்லா பரிந்துரைகளும் சரியாக வருமென்று சொல்ல முடியாது. உதாரணமாக, ஜஸ்டின் போப்(*C3.ai*) என்று ஒரு பங்கு.

அமெரிக்காவின் நேஸ்டேஃக் சந்தையில் பட்டியலிடப்பட்டிருக்கிறது. ஜனவரி மாதத்தில் இருந்து விறுவிறுவென்று விலை *55* சதவீதம் உயர்வு கண்டது. காரணம், அது ஒரு ஏஐ தொழில்நுட்ப வியாபாரம் செய்யும் நிறுவனப் பங்கு. அதன்பின் முழு விவரங்கள் தெரியவர, அந்தப் பங்கு விலை கடந்த ஒரு மாதத்தில் *48%* வீழ்ச்சி.

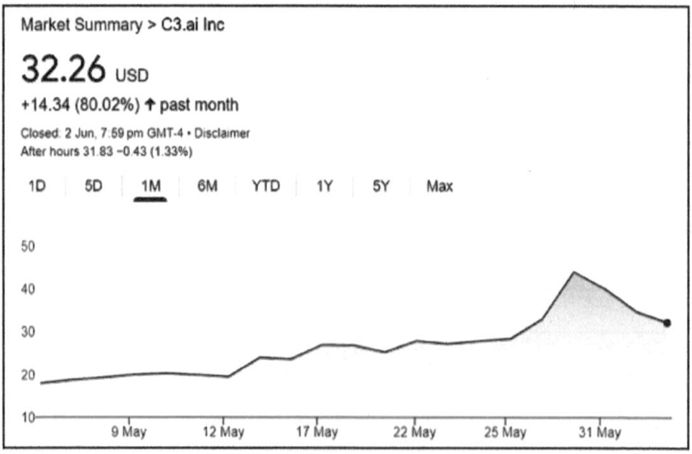

எனவே, 'பேரைச் சொன்னாலே சும்மா அதிருதில்ல' என்பது போல ஒரு நிறுவனத்தின் பெயரை வைத்து அது ஏதோ ஒரு சிறிய அளவில் செய்கிற ஒரு வியாபாரத்தை வைத்து அதை ஒரு ஏஐ தொழில்நுட்ப பங்காக முடிவு செய்து அதற்கு என்ன விலையானாலும் கொடுக்கலாம் என்பது புத்திசாலித்தனம் அல்ல.

எல்லாம் சரி. இந்தியாவில் ஏதாவது ஏஐ தொடர்புடைய நிறுவனங்கள் இருக்கிறதா? அந்தப் பட்டியல் கொடுங்கள் என்று கேட்கிறீர்களா?

எல்லாம் ஏற்கனவே தெரிந்த உயர்ந்த விலைகளில் பரிவர்த்தனை நடந்துகொண்டிருக்கும் தகவல் தொழில்நுட்ப (ஐடி) நிறுவனங்கள்தான்.

என்னது! ஐ டி துறை நிறுவனங்களா? ஏ ஐ தொழில்நுட்பத்தால் பாதிக்கப்படபோவது ஐ டி துறை நிறுவனங்கள் என்றல்லவா பேச்சு இருக்கிறது என்று கேட்கலாம்.

எவ்வாறு உற்பத்தித் துறையை மற்றும் ஏனைய துறைகளையும் தகவல் தொழில்நுட்பம் நுழைந்து மாற்றியதோ அதுபோல, இப்போது தகவல் தொழில்நுட்பம் உள்ளிட்ட அனைத்துத் துறைகளுக்குள்ளும் ஏ ஐ நுழைந்து, மாற்றப் போகிறது என்கிறார் மார்க் ஆண்ட்ரீசன்.

வேலைகளை எளிமைப்படுத்தும் ஏ ஐ தொழில்நுட்பத்தால், தகவல் தொழில்நுட்ப (ஐ.டி) நிறுவனங்களின் வியாபார வாய்ப்புகள் உடனடியாக வராது என்றும், மாறாக 2000 வது ஆண்டுகளில் Y2K கொடுத்த வாய்ப்பைப் போல, ஏஐ தொழில்நுட்பமும் ஐ டி நிறுவனங்களுக்கு இந்த 'மாறுதல் காலத்தில்' பெரும் வியாபார வாய்ப்பளிக்கும் என்ற கருத்துகளும் இருக்கின்றன.

அந்த விதத்தில் வெற்றிகரமாக வியாபாரம் செய்யும் பல்வேறு முன்னனி ஐ டி நிறுவனங்களுக்கும் ஏஐ அறிமுகம் ஒரு வாய்ப்பே.

22. ரிலையன்ஸ்

இந்த வாரம் ஒரு முக்கியமான வாரமாக அமையப்போகிறது. காரணம் இந்தியப் பங்குச் சந்தைகளுக்குப் பங்கு குறியீட்டு எங்களுக்கு பல்வேறு பரஸ்பர நிதிகளுக்கு மற்றும் பெரும்பாலான முதலீட்டாளர்களுக்கு மிக முக்கியமான பங்காக இருக்கிற ரிலையன்ஸ் கடந்த வாரம் இரண்டு விஷயங்களைச் செய்திருக்கிறது.

முதலாவது அந்த நிறுவனம் செய்து வந்த பைனான்சியல் சர்வீசஸ் தொடர்பான வியாபாரங்களை எல்லாம் குறித்து புதிதாக தனியாக ரிலையன்ஸ் ஜியோ பைனான்சியல் சர்வீசஸ் என்று ஒரு நிறுவனத்தை உருவாக்கி அந்த நிறுவனத்தின் பங்குகளை ஏற்கனவே ரிலையன்ஸ் இண்டஸ்ட்ரீஸ் பங்குகளை வைத்திருக்கும் அனைத்து பங்குதாரர்களுக்கும் அவர்கள் வைத்திருக்கிற ஒவ்வொரு ரிலையன்ஸ் இண்டஸ்ட்ரீஸ் பங்கிருக்கும் இலவசமாக ஒரு ஜியோ பைனான்சியல் சர்வீசஸ் பங்குகளை வழங்குகிறது.

இந்த டீமர்ஜருக்கான அந்த இலவசப் பங்கை பெறுவதற்கு உரிய உரிமையைத் தக்க வைத்துக் கொள்ள ரெக்கார்ட் டேட் என்று 20 7 2023 நிர்ணயம் செய்திருந்தது.

அந்த இலவச பங்கை பெறுவதற்கு விரும்பியவர்கள் தொடர்ந்து ரிலையன்ஸ் பங்குகளை வாங்கி ஜூலை 219 ஆம் தேதி அன்று ரிலையன்ஸ் இண்டஸ்ட்ரீஸ் என்னுடைய பங்கு விலைகள் 2841 என்ற அளவில் முடி உற்றனர். அதுதான் ரெக்கார்ட் டேட்டுக்கு முந்தைய விலை.

இருபதாம் தேதி லயன்ஸ் ஜியோ பைனான்சியல் சர்வீசஸ் பங்குகள் வழங்கப்பட்டுவிட்ட நிலையில் ரிலையன்ஸ் பங்குகளின் விலைகள் இறங்கின. பங்கு ஒன்று ரூபாய். 2619 என்ற அளவில் நின்றன.

அதே நாள் தனிப்பட நடத்தப்பட்ட வர்த்தகத்தில் ரிலையன்ஸ் ஜியோ பைனான்சியல் சர்வீசஸ் பங்கு ஒன்றின் விலை ரூபாய் 261.85 என்கிற அளவிலே நிர்ணயிக்கப்பட்டது .

ஆக ஏற்கனவே ஒரு ரிலையன்ஸ் பங்கு வைத்திருந்தவர் அந்த ரிலையன்ஸ் பங்கின் முடிவு விலை ஆன 26 19 மற்றும் புதிய பைனான்சியல் சர்வீசஸ் பங்குகளை ஆன 261.85 ஆகிய இரண்டும் சேர்ந்து, ரூபாய் 2880 மதிப்பு வைத்திருக்கிறார்கள்.

இதெல்லாம் 21/7/2023 வெள்ளிக்கிழமை நிலை.

அன்றைய பங்குச் சந்தை வர்த்தக நேரத்திற்குப் பிறகு ரிலேஷன் இண்டஸ்ட்ரீஸ் அதனுடைய 202324 ஆம் ஆண்டிற்கான முதல் காலாண்டு நிதிநிலை அறிக்கை வெளியிடுகிறது. ஒப்புப்படக்கூடிய 20223 முதல் காலாண்டு ஈட்டிய நிகர் லாபத்தை காட்டிலும் இந்த காலாண்டில் 10% லாபம் குறைவு என்கிற அதிர்ச்சித் தகவல் வெளியாகிறது.

இந்தியப் பங்குச் சந்தைகளுக்குதான் வர்த்தகம் முடிந்துவிட்ட நேரம் அது இந்திய நேரத்திலிருந்து நாலரை மணி நேரம் வித்தியாசம் இருக்கும் லண்டன் பங்கு சந்தையில் வர்த்தகம் நடந்து கொண்டிருந்தது டிசிஎஸ் இன்போசிஸ் ரிலையன்ஸ் போன்ற பல்வேறு இந்திய நிறுவனம் உடைய பங்குகள் அங்கே குளோபல் டெபாசிட் பேசிப் ஜிடிஆர் என்பதன் மூலமாக பொருத்தமாகிக் கொண்டிருக்கின்ற நிலையில் ரிலையன்ஸ் இண்டஸ்ட்ரீஸ்னுடைய ஜி டி ஆர் விலைகள் 6 சதவீதம் வரை ஒரே நாளில் அங்கே வீழ்ச்சி கண்டிருக்கின்றன.

ரிலையன்ஸ் இண்டஸ்ட்ரீஸ் உடைய லாபக் குறைவை காட்டுகிற காலாண்டு முடிவை இன்னும் இந்திய பங்குச் சந்தைகள் அவற்றின் வர்த்தகத்தில் காட்டவில்லை. திங்கட்கிழமை முதல் அதன் தாக்கம் இருக்கலாம்.

தாக்கம் எப்படி இருக்கும் என்று உறுதியாகச் சொல்ல இயலாது. ஆனால் ரஷ்யாவில் இருந்து மிகக் குறைந்த விலையில் கச்சா எண்ணெயை பெற்ற ஒரு காலாண்டிலேயே மார்ஜின் குறைவு காரணமாக ரிலையன்ஸ் இண்டஸ்ட்ரி அதனுடைய ஆயில் டு கெமிக்கல் சென்ற வியாபாரத்தில் லாப குறைவு கண்டிருக்கிறது என்றால் அதன் அடுத்த காலாண்டு முடிவுகள் எப்படி

வித்தியாசமாக இருக்கும் என்கிற கேள்வி எழாமல் இல்லை.

இந்திய பங்குச் சந்தைகள் மிக அதிகமாக உயர்ந்து இருக்கிற நிலையில் டிசிஎஸ் இன்போசிஸ் போன்ற மிகப்பெரும் நிறுவனங்களுடைய காலாண்டு முடிவுகள் வெளிவந்து விட்ட நிலையில் ரிலையன்ஸ் என்ற மாபெரும் என்னுடைய லாபக் குறைவு என்பது அந்த நிறுவனத்தினுடைய விலைகளை மட்டும் அல்ல அந்த நிறுவனத்தினுடைய விலையை குறைவு காரணமாக சந்தையில் மொத்த மனநிலையையும் சோதித்துப் பார்க்கும் ஆபத்தும் இருக்கிறது.

எச்சரிக்கையாக இருக்க வேண்டிய நேரம்.

23. அச்சமூட்டும் ரிலையன்ஸ் ரிசல்ட்

இந்த வாரம் இந்திய பங்குச் சந்தைகளுக்கு முக்கியமான வாரமாக அமையக்கூடும்.

காரணம், இந்திய பங்குச் சந்தைகளுக்கு, சென்செக்ஸ் மற்றும் நிஃப்டி போன்ற குறியீட்டு எண்களுக்கு, பல்வேறு பரஸ்பர நிதிகளுக்கு மற்றும் பெரும்பாலான முதலீட்டாளர்களுக்கு மிக முக்கியமான பங்காக இருக்கிற ரிலையன்ஸ் இண்டஸ்டிரீஸ் நிறுவனத்தின் காலாண்டு முடிவுகள் சிறிய அதிர்ச்சி கொடுத்திருக்கிறது.

காலாண்டு முடிவுகள் வெளிவருவதற்கு முன்பாகவும் ரிலையன்ஸ் பங்குகள் செய்திகளில் அடிப்பட்டுக்கொண்டேதான் இருந்தன. அது, வேறு காரணத்திற்காக. அந்தச் செய்தியின் காரணமாக அந்தப் பங்கு விலை உயர்ந்துகொண்டே போனது.

அந்தச் செய்தி, ரிலையன்ஸ் இண்டஸ்டிரீஸ் நிறுவனம் செய்து வந்த வியாபாரங்களில் ஒன்றான பைனான்சியல் சர்வீசஸ் வேலைகளை எல்லாம் ஒன்றுசேர்த்து, தனியாக ரிலையன்ஸ் ஸ்டிராஜிடிக் இன்வெஸ்ட்மென்ட்ஸ் என்று முதலில் பெயரிடப்பட்டு, தற்போது ஜியோ பைனான்சியல் சர்வீசஸ் என்று பெயர் மாற்றம் செய்யப்பட்டிருக்கும் புதிய நிறுவனத்தை உருவாக்குகிறது என்பது. கடந்த அக்டோபர் மாதம் அது குறித்த அறிவிப்பு வெளியிடப்பட்டது.

ரிலையன்ஸ் பேமெண்ட் சொல்யூஷன்ஸ், ரிலையன்ஸ் இன்சூரன்ஸ் புரோக்கிங், ஜியோ பேமெண்ட்ஸ் பேங்க் போன்ற ஆறு வியாபாரங்கள் மற்றும் ரிலையன்ஸ் இண்டஸ்டிரீஸ் நிறுவனத்தின் 6.1 % பங்குகள் ஆகியவை கொண்டது ‘ஜியோ பைனான்சியல் சர்வீசஸ்.’

ரிக்கார்ட் தேதி அன்று ரிலையன்ஸ் இண்டஸ்ட்ரீஸ் பங்குகளை வைத்திருக்கும் அனைத்துப் பங்குதாரர்களுக்கும் அவர்கள் வைத்திருக்கிற ஒவ்வொரு ரிலையன்ஸ் இண்டஸ்ட்ரீஸ் பங்கிருக்கும் ஒரு பங்கு என்ற விகிதத்தில் இப்புதிய நிறுவனத்தின் பங்குகளை இலவசமாக வழங்க ரெக்கார்ட் டேட் 20.7.2023 என்று அறிவிக்கப்பட்டிருந்தது.

அந்த இலவசப் பங்கை பெறுவதற்கு விரும்பியவர்கள் தொடர்ந்து ரிலையன்ஸ் பங்குகளை வாங்க, கடந்த ஜூலை 19 ஆம் தேதி அன்று ரிலையன்ஸ் இண்டஸ்ட்ரீஸ் பங்கு விலைகள் 2841 என்ற அளவில் முடிவுற்றன. அதுதான் ரெக்கார்ட் டேட்டுக்கு முந்தைய விலை. டிமெர்ஜெர் அறிவித்த தேதியிலிருந்து 8 சதவீத விலை உயர்வு.

அடுத்த நாள் 20 அன்று தேசிய மற்றும் மும்பை பங்குகள் இரண்டிலும் காலை 9 மணி முதல் 10 மணிவரை ரிலையன்ஸ் டிமெர்ஜருக்காகவே *pre-open call auction* ஒரு சிறப்பு வர்த்தகததை நடத்தினார்கள். அதில் ரிலையன்ஸ் இண்டஸ்டிரீசின் முந்தைய நாள் முடிவு விலையை வைத்து, டிமெர்ஜருக்கு பிறகான ரிலையன்ஸ் மற்றும் ஜியோ பைனான்சியல் நிறுவனப் பங்குகளின் விலைகளை முடிவு செய்தார்கள்.

பலரும் எதிர்பாராத வண்ணம் ரூ.133 என்ற விலையில் பிரிக்கப்பட்ட ஜியோ பைனான்சியல் நிறுவனப் பங்கு ஒன்றின் விலை 261.85 என்கிற அளவில் முடிவானது.

இருபதாம் தேதி ஜியோ பைனான்சியல் சர்வீசஸ் பங்குகள் வழங்கப்பட்டுவிட்ட நிலையில், ரிலையன்ஸ் பங்குகளின் விலைகள் இறங்கின. வர்த்தகத்தின் முடிவில் பங்கு ஒன்று ரூபாய். 2619 என்ற அளவில் நின்றன.

முதலீட்டாளர்கள் வைத்திருக்கு ரிலையன்ஸ் பங்கு விலையையும், வழங்கப்பட இருக்கிற ஜியோ பைனான்சியல் சர்வீசஸ் பங்கு விலையையும் சேர்த்துப் பார்த்தால், 2619+261.85 என்பது ரூ 2,880.85 ஆகிறது. இதெல்லாம் கடந்த 21/7/2023 வெள்ளிக்கிழமை மாலை 3.30 நிலவரம்.

அதே வெள்ளிக்கிழமை, பங்குச் சந்தை வர்த்தக நேரத்திற்கு பிறகு ரிலையன்ஸ் இண்டஸ்ட்ரீஸ் அதன் 2023-24-ஆம் ஆண்டிற்கான

முதல் காலாண்டு நிதிநிலை அறிக்கை வெளியிட்டது. ஒப்பிடக்கூடிய முந்தைய 2022-23 முதல் காலாண்டு ஈட்டிய நிகர லாபத்தைக் காட்டிலும் இந்தக் காலாண்டில் 10.6 % லாபம் குறைவு என்கிற தகவல் வெளியானது. லாபம்தான் என்றாலும் குறைந்திருக்கும் லாபம்.

ரீடெயில், டெல்காம் போன்ற வியாபாரங்களில் கூடுதல் லாபம் என்றாலும் 'ஆயில் டு கெமிக்கல்ஸ்' O2C வியாபாரத்தில் குறைந்திருக்கும் லாபம் என்பது முதலீட்டாளர்களிடம் அச்சத்தை ஏற்படுத்தியிருக்கிறது. காரணம், ரஷ்யாவில் இருந்து குறைந்தவிலைக்கு கச்சா எண்ணெய் கிடைத்துமே இப்படியா, அவ்வளவா ரிபைனிங் மார்ஜின் குறைந்திருக்கிறது என்று யோசிக்கிறார்கள்.

ரிசல்ட் வெளியிடப்பட்ட போது இந்திய பங்குச் சந்தைகளுக்கு வர்த்தகம் முடிந்துவிட்ட நேரம். அது சமயம் இந்திய நேரத்திலிருந்து நாலரை மணி நேர வித்தியாசம் இருக்கும் லண்டன் பங்குச் சந்தையில் வர்த்தகம் நடந்துகொண்டிருந்தது. டிசிஎஸ் இன்போசிஸ் ரிலையன்ஸ் போன்ற பல்வேறு இந்திய நிறுவனங்களின் பங்குகள் அங்கே, குளோபல் டெபாசிட் ரெசிப்ட்ஸ், GDR மூலமாக வர்த்தகம் ஆகிக்கொண்டிருக்கின்ற நிலையில், ரிலையன்ஸ் இண்டஸ்ட்ரீஸ்னுடைய GDR விலை 6 சதவீதம் வீழ்ச்சி கண்டது.

ரிலையன்ஸ் இண்டஸ்ட்ரீஸ் லாபக் குறைவை காட்டும் 2023-24 முதல் காலாண்டு முடிவை இந்திய முதலீட்டாளர்கள் எப்படிப்பார்கிறார்கள் என்பது 24, ஜூலை, திங்கள்கிழமை தெரியவரும். லண்டன் சந்தையில் விலை விழுந்ததைப் போல, இந்திய பங்குச் சந்தைகளிலும் விலை கணிசமாக இறங்கினால், அது அந்தப் பங்கிற்கு மட்டுமல்ல, மொத்த சந்தைக்குமே பாதிப்பை உண்டாக்கும்.

காரணம், இண்டெக்ஸ்களில் ரிலையன்ஸ் பங்கின் வெயிட்டேஜ் அதிகம். தவிர, ரிலையன்ஸ் இண்டஸ்டிரீஸ் ஒரு 'மார்க்கெட் லீடர்' பங்கு.

தொடர்ந்து பல மாதங்களாக உயர்ந்து, கொஞ்சம் அயற்சியாக இருக்கும் சந்தைகள் ஒருபுறம்.

'எப்போதடா விலைகள் தடுமாறும்? அடித்து நொறுக்கலாம்'

என பல மாதங்களாகக் காத்திருக்கும் கரடிகள் மறுபுறம்.

இவற்றால் கொஞ்சம் பலவீனமாகிவரும் சந்தை, ஏமாற்றம் தந்திருக்கும் ரிலையன்ஸ் ரிசல்ட்டால் மேலும் பலவீனமாகிவிடுமா? அல்லது தொடர்ந்து வாங்கிக்கொண்டேயிருக்கும் அன்னிய நாட்டு முதலீட்டாளர்கள் இனியும் தொடர்ந்து முதலீடு செய்து காப்பாற்றுவார்களா?

பொறுத்திருந்துதான் பார்க்கவேண்டும்.

எப்படியும் எச்சரிக்கையாக இருக்கவேண்டிய நேரம்தான்.

24. ஐ.டி.சி நிறுவன டி—மெர்ஜர்: ஏன், எப்படி?

இது 'டி-மெர்ஜர்' கள் காலம் போலும். சமீபத்தில் ரிலையன்ஸ் இண்டஸ்ட்ரீஸ் அதன் நிதிசார் வியாபாரங்களைப் பிரித்து, 'ஜியோ பைனான்சியல் சர்வீசஸ்' என்று ஒரு தனி நிறுவனமாக ஆக்கியதைப் போல, மற்றொரு பட்டியலிடப்பட்டபெரிய நிறுவனமான, ஐடிசி லிமிடெட் செய்கிறது.

2013ம் ஆண்டு, பஜாஜ் ஆட்டோ நிறுவனம் டி மெர்ஜர் செய்தது. பஜாஜ் ஆட்டோ நிறுவனத்தில் இருந்து பிரிந்த இரு மிக பெரிய நிறுவனங்கள், பஜாஜ் ஹால்டிங்ஸ் & இன்வெஸ்ட்மெண்ட்ஸ் மற்றும் பஜாஜ் பின் சர்வ். தற்போது மூன்று நிறுவனங்களுமே கொடிகட்டி பறக்கின்றன. அவற்றின் விலைகள் ஆகாயத்தில்.

டி-மெர்ஜருக்கு பின்பான விலை என்று பார்த்தால் ரிலையன்ஸ் இண்டஸ்ட்ரீஸ் மற்றும் ரிலையன்ஸ் ஜியோ பைனான்சியல் சர்வீசஸ் ஆகிய இரண்டு விலைகளையும் சேர்ந்து பார்த்தால், ரிலையன்ஸ் இண்டஸ்டிரீஸ் பங்கு வைத்திருந்தவர்களுக்கு லாபம்தான்.

அடுத்து இப்போது, ஐடிசி டி-மெர்ஜர் அறிவித்திருக்கிறது. அதே காரணம்தான் சொல்கிறார்கள். 'அன்லாக்கிங் த வேல்யு'. ஐடிசி லிட் நிறுவனம் அதன் ஹோட்டல் வியாபரத்தை மட்டும் பிரித்து ஒரு புதிய நிறுவனம் ஆக்க இருக்கிறது.

இதில் ஒரு தகவல் கவனிக்கப்படவேண்டியது, 2002ம் ஆண்டில் ஐடிசி பத்ராசலம் பேப்பர் என்று தனியே இருந்த நிறுவனத்தை ஐடிசி இணைத்துக்கொண்டது. அடுத்து, 2005 ம் ஆண்டு, அதுவரை தனியாக இயங்கி வந்த ஹோட்டல் நிறுவனங்களை இணைத்துக் கொண்டது. அவையெல்லாம் 'மெர்ஜர்'கள். இப்போது

18 ஆண்டுகளுக்குப் பிறகு புதிய யோசனையோடு ஹோட்டல் நிறுவனத்தைத் தனியாக பிரிக்கவிருக்கிறது. இது, டி-மெர்ஜர்.

பஜாஜ் ஆட்டோ மற்றும் ரிலையன்ஸ் இண்டஸ்டிரீஸ் நிறுவனங்கள், ஒரு பங்கு வைத்திருந்தவர்களுக்கு புதிய நிறுவனப் பங்குகள் ஒவ்வொன்று என்ற விகிதத்தில் வழங்கின. ஐடிசி நிறுவனமும் அப்படித்தான் வழங்கும் என்று எதிர்பார்க்கப்பட்டது.

ஆனால், தகவல் வேறுமாதிரி வந்திருக்கிறது. ஹோட்டல் வியாபாரத்தைப் பிரிக்கையில் மொத்தமாகப் பிரிக்காமல், அதாவது 'வெர்டிகள் ஸ்பிலிட்' செய்யாமல், புதிய ஹோட்டல் நிறுவனத்தின் 40 % பங்குகளை ஐடிசியே வைத்திருக்கும் என்று சொல்லியிருக்கிறார்கள். தகவல் தெரியவந்ததும் ஐடிசி பங்கு விலை 7% வரை வீழ்ந்தது.

ரிலையன்ஸ் இண்டஸ்ட்ரீஸ் பங்கு ஒன்றுக்கு ஜியோ பைனான்சியல் சர்வீசஸ் பங்கு ஒன்று என்று தீர்மானம் ஆகியிருப்பதைப் போல ஐடிசி டி மெர்ஜரில் நிகழாது. அனேகமாக, 100 ஐடிசி நிறுவனப் பங்குகள் வைத்திருப்பவர்களுக்கு 60 புதிய ஐடிசி ஹோட்டல்ஸ் நிறுவனப் பங்குகள் கிடைக்கலாம்.

டி மெர்ஜர்கள் ஏன்? என்ற கேள்வி சிலருக்கு வரலாம்.

இந்தியன் ஹோட்டல்ஸ் என்ற டாடா குழுமத்தின் ஹோட்டல் நிறுவனப் பங்குகள் போல இன்னும் சில ஹோட்டல் நிறுவனப் பங்குகள் இருக்கின்றன. அவற்றையெல்லாம் ஒன்றோடு ஒன்று ஒப்பிட்டு, எந்த நிறுவனம் நன்றாகச் செயல்படுகிறது, லாபம் ஈட்டுகிறது என்று பார்த்து முதலீட்டாளர்கள் அவற்றுக்கு வேல்யூவேஷன்/ விலை கொடுக்கிறார்கள்.

பேப்பர் தொழில் என்றால், அதிலேயே முழுமையாக ஈடுபடுகிற சில நிறுவனங்கள் இருக்கின்றன. சிகரெட் விற்பனை என்றால் காட்ப்ரே பிலிப்ஸ் போல அதில் முழுமையாக ஈடுபடுகிற சில நிறுவனங்கள் இருக்கின்றன. அதேபோல எப்எம்சிஜி வியாபாரத்தில் ஈடுபடும் சில நிறுவனங்கள் உண்டு.

அந்தந்தத் துறை சார்ந்த லாப வாய்ப்புகள் மற்றும் சிரமங்களைக் கருத்தில் கொண்டு, ஆய்ந்து முதலீட்டாளர்கள் அந்த துறை பங்குகளுக்கு என்று ஒரு குறிப்பிட்ட வேல்யூவேஷன் தருகிறார்கள்.

ஆனால், ஐடிசி எந்த ஒரு வகையையும் தனித்துச் சாராமல், வேறுபட்ட சில வியாபாரங்களில் ஈடுபடுவதால், ஐடிசி பங்கிற்குத் தகுதியான விலையைத் தீர்மானிப்பது சுலபமல்ல. மேலும் பல வியாபாரங்கள் சேர்ந்திருப்பதால் நிறுவனத்திற்கு உள்ளாகவே,வெவ்வேறு வியாபாரங்களுக்கு ஒதுக்கும் முதலீடுகள் குறித்தும் சரியான முடிவுகள் எடுக்க இயலாது.

உதாரணத்திற்கு, ஐடிசி நிறுவனத்தின் பல்வேறு வியாபாரங்களில், சிகரெட் வியாபாரம்தான் தற்போது மிகப்பெரிய லாபத்தை கொடுத்துக்கொண்டிருக்கிறது. மொத்த லாபத்தில் 75.4 % வருவது இதிலிருந்துதான். ஹோட்டல் தொழில் அவ்வளவு லாபம் கொடுக்கவில்லை. மொத்த லாபத்தில் சுமார் 2 சதவீதம்தான். சரியாகச் சொன்னால், 2.2 %. ஆனால், ஹோட்டல் தொழிலுக்கு கூடுதல் முதலீடு தேவைப்பட்டுகொண்டேயிருக்கிறது. கடந்த 16 மாதங்களில் மட்டும் 18 புதிய ஹோட்டல் சொத்துக்களை வாங்கி இருக்கிறது ஐடிசி நிறுவனம்.

அப்படிப்பட்ட ஒரு தொழிலை மட்டும் பிரித்து, ஒரு தனி நிறுவனமாக ஆக்குகிறது ஐடிசி. அதனால் இந்த டீமெர்ஜருக்குப் பிறகு ஐடிசி நிறுவனத்தின் மொத்த வருமானம் குறைவதோ அல்லது நிகர லாபம் பாதிக்கப்படுவதோ இருக்காது.

ஐடிசி நிறுவனத்தின் ஹோட்டல் தொழிலைப் பிரிக்கும் டிமெர்ஜரால் என்ன நடக்கும்?

- ஐடிசி பங்குகள் வைத்திருப்போருக்கு ஐடிசி ஹோட்டல்கள் நிறுவனப்பங்குகள் குறிபிட்ட விகிதத்தில் இலவசமாக கிடைக்கும். அப்படி கிடைக்கிற பங்குகளுக்காக ஏதும் வரி கட்டதேவையிருக்காது. 'டேக்ஸ் நியூட்ரல்'. ஆனால் 0.5% ஸ்டாம்ப் டியூட்டி கட்ட வேண்டி வரலாம்.
- ஐடிசி ஹோட்டல்கள் என்று புதிய நிறுவனம், கடன் இல்லாத 6000 கோடி ரூபாய் சொத்துக்கள் இருக்கிற ஒரு நிறுவனமாக உருவெடுக்கும். அதனால் அந்த நிறுவனம் சந்தையில் புதிதாக முதல் திரட்ட முடியும். இது ஒரு வாய்ப்பு.
- இந்தப் புதிய நிறுவனம், இண்டியன் ஹோட்டல்ஸ் நிறுவனதிற்கு அடுத்தபடியாக இந்தியாவின் இரண்டாவது மிகப்பெரிய ஹோட்டல் சங்கிலி நிறுவனமாகத் திகழும்.

- ஐடிசி என்கிற புகழ்பெற்ற பெயரை தொடர்ந்து ஹோட்டல்கள் பயன்படுத்துவதால் அந்தப் பெயருக்கான பிராண்ட் மதிப்பை ராயல்டியாக ஹோட்டல் நிறுவனம் தாய் நிறுவனத்திற்குக் கொடுக்கும்.
- ஐடிசி நிறுவனத்திற்கு புதிய நிறுவனத்தில் 40 சதவீதப் பங்குகள் இருக்கிற காரணத்தினால், ஐடிசி நிறுவன நிர்வாகத்தினரின் உதவி மற்றும் ஆதரவு புதிய நிறுவனத்திற்குத் தொடரும்.
- பிரித்து விடப்படும் ஹோட்டல் நிறுவனத்தின் வருமான மற்றும் லாப வாய்ப்புகள் தனியாகத் தெரியும். அது தனியே பங்குச் சந்தையில் பட்டியலிடப்படும்போது அதன் தனிப்பட்ட சந்தை விலை தீர்மானம் ஆகும்.
- ஹோட்டல் டிவிஷனை பிரித்து விட்ட காரணத்தினால் ஹோட்டல் பங்குகள் வழங்கப்பட்ட பின் ஐடிசி பங்குகளின் விலைகள் அதற்கேற்றவாறு சந்தையில் விலை மாறும் (குறையும்).
- டிமெர்ஜரால் ஐடிசி ஹோட்டல் பங்குகளை பெறஇருக்கும் பெரிய ஐடிசி பங்குதாரர், அமெரிக்கன் பிரிட்ஷ் டுபாக்கோ கம்பெனி (ஏபிடி). அந்த நிறுவனம், ஐடிசியில் 29.5% பங்குதாரர். அந்த அளவிற்கு டொமெர்ஜர் ஆன ஐடிசி ஹோட்டல்ஸ் பங்குகள் கிடைக்கும். ஆனால், ஏபிடி நிறுவனம் ஒரு புகையிலை நிறுவனம். அதற்கும் ஹோட்டல் வியாபாரத்திற்கும் தொடர்பில்லை. ஆனாலும் அதற்கு வேறுவழியில்லை. அதனால் வழங்கப்படும் நேரம் அந்தப் பங்குகளை விற்க முன்வரலாம். அதனால் ஐடிசி ஹோட்டல் பங்குகளின் விலை பின்னர் அந்த நேரம் குறையலாம்.
- ஐடிசி நிறுவனத்தின் ஒரு பங்கிற்கான லாபம் ஈ.பி.எஸ். அதிகரிக்கும். அதனால் ஐடிசி பங்குகளின் விலை அப்போது அதிகரிக்கலாம்.

எதிர்வரும் ஆகஸ்ட் 14ஆம் தேதி, ஐடிசி நிறுவனத்தின் போர்டு கூடுகிறது. டி=மெர்ஜர் தொடர்பான இன்னும் சில தகவல்கள் வெளிவரும். அவற்றைப் பொறுத்தும் ஐடிசி பங்கு விலை மாறும்.

25. ரிலையன்ஸ் இண்டஸ்டிரீஸ் ஏன் இன்னும் மார்க்கெட் லீடர்?

ரிலையன்ஸ் இண்டஸ்ட்ரீஸ் ஏன் இன்னும் ஒரு 'இன்டஸ்ட்ரி லீடர்' ஆக மட்டுமல்ல, இந்தியப் பங்குச் சந்தைகளில் 'மார்க்கெட் லீடர்' ஆகவும் இருக்கிறது?

அதற்குப் பல காரணங்கள் இருக்கின்றன.

ரிலையன்ஸ் நிறுவனத்தின் ஓராண்டு விற்றுமுதல் ரெவென்யு, 8.9 லட்சம் கோடி ரூபாய்க்கும் மேல். (தமிழக அரசின் ஆண்டு வருவாய் 2.34 லட்சம் கோடி ரூபாய்கள்). ஆண்டு நிகர லாபம் மட்டும் ரூபாய் 44 ஆயிரம் கோடி ரூபாய்கள்.

ஊழியர்கள் எண்ணிக்கை 3.89 லட்சம். அசையாச் சொத்துகள் மதிப்பு 2.94 லட்சம் கோடி ரூபாய்.

ரிலையன்ஸ் இண்டஸ்டிரீஸ் லிட் (RIL)பங்குகளை வைத்தில்லாத பரஸ்பரநிதிகள் இல்லை எனலாம். எவ்வளவு வைத்துக்கொள்ள அனுமதிக்கப்பட்டிருக்கிறதோ அந்த அளவு வைத்திருக்கிறார்கள். மொத்த ரிலையன்ஸ் பங்குகளில் பல்வேறு மியூச்சுவல் ஃபண்டுகள் மட்டும் 6.45% வைத்துள்ளனர்.

பாரின் இன்ஸ்டிடூஷனல் இன்வெஸ்டார்ஸ் (FII/FPI) வைத்திருப்பது 22.55% பங்குகளை. அப்படிப்பட்ட FII/FPI நிறுவனங்கள் எண்ணிக்கை 2299.

தேசிய பங்குச் சந்தை நிஃப்டியில் ரிலையன்ஸ் இண்டஸ்டிரீஸ் வெயிடேஜ், 9.87 %. மும்பை பங்குச் சந்தையின் சென்செக்ஸ்சில் வெயிடேஜ், 12%.

2021ல், பார்ச்சூன் 500 என்ற உலகளாவிய 500 பெரிய நிறுவனங்களின் பட்டியலில் 155 வது இடம் 2023ம் ஆண்டு, 67 இடங்கள் முன்னேறி 88 வது ரேங்க்!

ஆக, ரிலையன்ஸ் இண்டஸ்டிரீஸ் லிட் நிறுவனம், அது பட்டியலிடப்பட்ட 1973 மே மாதம் 8ம் தேதி முதல் நாளில் இருந்து, தொடர்ந்து 50 ஆண்டுகளாக இந்திய பங்குச் சந்தையில் கோலோச்சிக்கொண்டிருக்கிற, மிக முக்கிய, மிகப்பெரிய நிறுவனம். தொடர்ந்து வளர்ந்துகொண்டேயிருக்கிற நிறுவனம்.

22-23ம் ஆண்டிற்கான ரிலையன்ஸ் நிறுவன ஆண்டு பொது மகாசபைக் கூட்டத்தில் முகேஷ் அம்பானி அவர்கள் பேசியது குறித்து செய்தித்தாள்களில் பார்த்து, மேல் விவரங்கள் தேடினேன். அப்போதுதான் ரிலையன்ஸ் நிறுவனம் ஏன் தொடர்ந்து பல தசமங்களாக, தலைமையிடத்தில் நிலைத்திருக்கிறது என்பதைப் புரிந்துகொண்டேன்.

1966ல் விமல் என்கிற பிராண்ட் உருவாக்கி அகமதாபாத் அருகில் ரிலையன்ஸ் டெக்ஸ்டைல்ஸ் நூற்பாலை வைத்திருக்கிறார். பின்னால் 1980ல் பாலியஸ்டர் உற்பத்தியில் இறங்குகிறார். அதற்குப் பிறகு அதன் மூலப் பொருளான பாலியஸ்டர் உற்பத்தியில் இறங்குகிறார். அதற்கு அடுத்து அதன் மூலப்பொருளான கச்சா எண்ணெய் சுத்தகரிப்பு. பிறகு தொலைத்தொடர்பு, ரீடைல், நிதித்துறை என பலவற்றிலும் கால் வைத்து, வளர்ந்து, தவிர்க்க முடியாத ஒரு மிகப்பெரும் நிறுவனமாகத் தொடர்கிறது ரிலையன்ஸ்.

கச்சா எண்ணெயில் இருந்து உலகம் மாறும் என்பதை முன்கூட்டியே உணர்ந்து, தங்களது பெரும் தொழிலான அதை மட்டுமே நம்பி இருக்க முடியாதென்பதற்காக ரிலையன்ஸ் செய்திருக்கும் அடுத்த முன்னெடுப்புதான் ‘சுத்தமான எரிபொருள்’ உற்பத்தி. ’கிரீன் எனெர்ஜி’. ‘கிளீன் எனெர்ஜி.’

2020 ஆம் ஆண்டு ஏஜிஎமில் அது குறித்து நிறுவனத்தலைவர் முகேஷ் அம்பானி, நியூ எனர்ஜி கிரீன் எனர்ஜி என்று சொல்லப்படுகிற புதிய ஏரிசக்தி துறையில் ரிலையன்ஸ் ஒரு பெரும் நிறுவனமாக வருவதற்கான ஏற்பாடுகளைத் தொடங்கி இருக்கிறோம் என்று பேசினார்.

லீடர் என்கிற இடத்தில் இருக்கிற நிறுவனங்கள் செய்வது

வருங்காலத்தில் எந்த வியாபாரங்கள் மிகச் சிறப்பாக இருக்குமோ அதில் தலைமை இடங்களைப் பிடிப்பதற்காக, பெரிய லாபம் இல்லாதபோதே, அவற்றில் முதலீடுகள் செய்து, பிறகு பல ஆண்டுகளுக்கு பெரும் வியாபாரம் செய்து தொடர்ந்து லாபம் பார்ப்பது. அதை ரிலையன்ஸ் செய்கிறது.

2035க்குள் 'நிகரமாக கார்பன் டை ஆக்சைடு வெளியேற்றாத' நிறுவனமாக (Zero carbon emission company) ரிலையன்ஸை மாற்றும் முன்னெடுப்புகள். அதற்காக கிட்டத்தட்ட 75 ஆயிரம் கோடி ரூபாய் முதலீடு என்பது 2020 ஆண்டு திட்டம்.

அவரே, இப்போது நடந்துமுடிந்த 2023 ஏஜிஎம்மில் சொல்லியிருப்பது, அந்த முதலீட்டை 1.5 லட்சம் கோடி ரூபாய்கள் என இரட்டிக்கிறோம் என்பது. அதில் 75,000 கோடி சோலார் எனர்ஜி, காற்றாலை மின்சாரம் மற்றும் எலெக்டிரிக் பேட்டரிக்கள் தயாரிப்புக்கான கட்டுமானங்களுக்காக மட்டும்.

20230 ஆண்டிற்குள் இந்திய அரசு 500 GW மரபுசாரா எரிசக்தி தயாரிக்க திட்டமிட்டிருக்கிறது.அதில் சூரிய ஒளி மின்சாரம் மட்டும் 280 GW. அந்த 280 GW ல் 100 GW (கிட்டத்தட்ட 35 %) ரிலையன்ஸ் செய்யும் என்கிறார் முகேஷ் அம்பானி..

ரிலையன்ஸ் நிறுவனத்தின் கச்சா எண்ணெய் சுத்திகரிப்பு நிலையம் இருக்கிற அதே ஜாம்நகர் காம்ப்ளக்ஸ்சில், 5000 ஏக்கர் பரப்பளவில் 'திருபாய் அம்பானி கிரீன் எனர்ஜி ஜிகா காம்ப்ளக்ஸ்'. கட்டுமானம் வேகமாக நடந்துகொண்டிருக்கிறது.

2030 ஆண்டு வாக்கில் 10 முதல் 15 பில்லியன் $ வரை இவற்றில் இருந்து வியாபாரம் வரும் என்று திட்டமிட்டிருக்கிறார்கள்.

எரிசக்தி எதுவாக இருந்தால் என்ன. அது, கச்சா எண்ணெயோ, சூரியஒளியோ அல்லது காற்றாலையோ. அதில் நாங்கள்தான் முன்னணி என்று மிக வேகமாகச் செயல்படுகிறது ரிலையன்ஸ். அது இந்திய நிறுவனம் என்ற வகையில் நமக்கு நன்மை மட்டுமல்ல, பெருமையும்தான்.

26. ஸ்டேட் பேங்க் இப்ப நெ.1

இந்தியாவில் எந்த ஒரு நிறுவனம் மிக அதிகமான லாபம் சம்பாதிக்கிற நிறுவனம் என்று கேட்டால் பலரும் ரிலையன்ஸாக இருக்கலாம் என்று யூகிப்பார்கள்.

அது சரியான யூகம்தான். கடந்த பத்து ஆண்டுகளாகவே அந்த இடத்தை விடாமல் தக்கவைத்துக்கொண்டிருந்த நிறுவனம் ரிலையன்ஸ்தான். ஆனால், 'அது அப்போ!' இப்போது அந்தப் பெருமையைத் தட்டிப் பறித்திருப்பது, பொதுத்துறை வங்கியான, ஸ்டேட் பேங் ஆப் இந்தியா, SBI.

பெரும்பாலானவர்களால் இதை நம்பக்கூட முடியாது. மிக வேகமாகவும் அதிரடியாகவும் செயல்படுகிற தனியார் நிறுவனம் எங்கே, அரசு வங்கி எங்கே! என்று கேட்கக்கூட செய்யலாம். ஆனால் நிலவரம் இதுதான், இந்தியாவிலேயே மிக அதிகமான லாபமீட்டும் நிறுவனமாக கடந்த மே மாதம் வரை ரிலையன்ஸ் இண்டஸ்டிரீஸ் இருந்தது. இப்போது SBI.

SBI, ஜூன் மாதத்துடன் முடிந்த டிரெயிலிங் 12 மாதங்களில் (TTM) செய்திருக்கும் லாபம், ரூ. 66,860 கோடி! அதே காலகட்டத்தில் (TTM ல்) ரிலையன்ஸ் ஈட்டியுள்ள லாபம், 64,758 கோடி. ஏதோ சில லட்சங்கள் அல்ல. ரிலையன்ஸைவிட, ஸ்டேட் பேங்க்கின் நிகரலாபம் ரூ 2,102 கோடிகள் கூடுதல்.

2023-24 நிதியாண்டின் முதல் காலாண்டான, ஏப்ரல்-ஜூன் லாபத்தைப் பார்த்தாலும், 18,537 கோடி ரூபாய்களுடன் SBI தான் முதலிடம். ரூ 16,011 கோடி லாபம் செய்திருக்கும் ரிலையன்ஸுக்கு அப்படிப் பார்க்கிற போதும் இரண்டாவது இடம்தான்.

இதுதான் முதல் முறையா? இதற்குமுன் இப்படி நடந்ததில்லையா? வேறு எந்த நிறுவனமும் ரிலையன்ஸ் லாபத்துக்கு அருகில்கூட வந்ததில்லையா?

இதேபோல 2011-12ன் Q2 வில், ஸ்டேட் பேங்க், ரிலையன்ஸைக் காட்டிலும் கூடுதல் லாபம் காட்டியது. அதற்குப் பிறகு இப்போதுதான். இந்த முறை ஒரு காலாண்டில் மட்டுமல்ல. டிரெயிலிங் 12 மாதங்களுக்கான (TTM) நிகர லாபத்திலும்.

கொரானா காலகட்டமான 2018-19ல் நட்டம் செய்த ஸ்டேட் பேங்க், இப்போது இவ்வளவு லாபம் செய்வது மிகப்பெரிய தாவல்தான். அது சரி, இது எப்படி நடந்தது?

ஒன்றுக்கும் மேற்பட்ட காரணங்கள் சொல்கிறார்கள். முதலாவது SBIயின் வியாபாரப் பெருக்கம். அது வழங்கியுள்ள மொத்தக் கடன் தொகை 33 லட்சம் கோடி ரூபாய். கடந்த ஆண்டைக் காட்டிலும் 14 % அதிகம். உள்நாட்டில் வழங்கிய தொகைகளை மட்டும் பார்த்தால் 15%. அதிகம்.

அடுத்து, வங்கி அதன் டெபாசிட்தாரர்களுக்கு கொடுக்கும் வட்டி விகிதத்திற்கும், அதன் கடன்களுக்கு வசூலிக்கும் வட்டி விகிதத்திற்கும் இடையே உள்ள வித்தியாசமான நெட் இன்ட்ரஸ்ட் மார்ஜின் (NIM) 3.47%. இந்த NIM மூலமாக மட்டும் ஒரு காலாண்டில் மட்டும் வங்கிக்கு கிடைத்திருக்கும் தொகை 38,905 கோடி. கடந்த ஆண்டுடன் ஒப்பிட்டால், 25% வளர்ச்சி. மூன்றாவதாக, இந்தக் காலாண்டில், முன்பு வராது என்று குறிக்கப்பட்ட கடன்கள் (Bad Loans) திரும்பக் கிடைக்கும் நிலைக்கு மாறியதால் செய்த 'புரவிஷன் ரிவர்சல்கள்'.

நான்காவது காரணம், வங்கி, அதன் முக்கிய (கோர்) வியாபாரமான கடன் வழங்கல் தவிர வேறு விதமான வியாபாரங்களும் சேவைகளும் செய்து, கட்டணங்கள் வசூலித்து அதிலும் லாபம் பார்க்கிறது. இதில் மினிமம் பேலன்ஸ் வைக்காதவர்களிடம் வசூலிக்கும் அபராதத் தொகைகளும் சேர்த்தி!

ஐந்தாவதாக, மொத்தக் கடன்களில் வாராக் கடன்களுடைய அளவு சதவீதம் (கிராஸ் என்பிஏ) என்பது 3.91 சதவீதத்திலிருந்து 2.76 % ஆக குறைந்திருக்கிறது. நிகர வாராக்கடன் (நெட் என்பிஏ) 1% ல் இருந்து, 0.71 % ஆக குறைந்துள்ளது. ஆக, NPA வகையிலும்

வங்கிக்கு நல்ல முன்னேற்றம் என்கிறார் வங்கியின் தலைவர், தினேஷ் காரா.

மேலும், முதல் காலாண்டு (டிரெயிலர்) மட்டும் இப்படி இருக்கிறது என நினைக்கவேண்டாம். இந்த 2023-24 முழு நிதியாண்டுமே (மெயின் பிக்ச்சர்) மிகச் சிறப்பாக இருக்கும் என்று, வங்கியின் தலைவர் சொல்லியிருக்கிறார். நடப்பு ஆண்டில், வங்கிக்கு வரும் டெபாசிட் தொகைகள் 13 முதல் 14 சதவீதம் வளர்ச்சி காணும் என்றும், வங்கி வழங்கவிருக்கும் கடன் அளவு 14 முதல் 16 சதவீதம் அதிகரிக்கும் என்றும் அவர் நம்பிக்கை தெரிவித்திருக்கிறார்.

HDFC Ltd மற்றும் HDFC Bank ஆகிய இரண்டும் ஒருங்கிணைந்து பெரிய வங்கியாக உருவெடுத்து, வலுவான போட்டியாக அமையலாம் என்ற யூகங்கள் இருக்கின்றன. ஸ்டேட் பேங்க் இன்னும் 4 லட்சம் கோடி ரூபாய் அளவிற்குப் பணம் இருக்கிறது என்றும் அதனால், சந்தையில் அதிக வட்டி கொடுத்து டெபாசிட்கள் பிடிக்கவேண்டிய தேவை இருக்காது என்று வங்கியின் தலைவர் சொல்லும் விளக்கம் நம்பிக்கையளிக்கிறது.

எல்லாம் பலவும் சிறப்பாக இருந்தும், காலாண்டு ரிசல்ட் வந்ததும், ஸ்டேட் பேங்க் ஆப் இந்தியா பங்கு விலைகள் குறைந்தனவே! அது ஏன்? என்று கேட்கலாம்.

வியாபார வளர்ச்சி, அதிகரித்திருக்கும் லாபம் போன்றவை சரிதான். அதேசமயம், Fresh slippages for the Quarter என்பதையும் பெரிய முதலீட்டாளர்கள் கவனிக்கிறார்கள். இந்த குறிப்பிட்ட காலங்களில் மட்டும் வாரா கடன்களாக மாறக்கூடிய கடன்களின் தொகை அளவு ரூபாய் 7,659 கோடி. இது அதற்கு முந்தைய காலண்டான கடந்த ஆண்டு Q4 விட, 3,185 கோடி அதிகம். கிட்டத்தட்ட இரண்டு மடங்கு. பர்சனல் கடன்கள், சிறு நிறுவனங்களுக்கு கொடுத்த கடன்கள் மற்றும் விவசாய கடன்கள் ஆகியவற்றினால் இது ஏற்பட்டிருக்கிறது. தவிர, இப்பொழுது வெளிவந்திருக்கிற ஏப்ரல்-ஜூன் எண்களை அதற்கு முந்தைய காலாண்டான ஜனவரி-மார்ச் (22-23 Q4) ஒப்பிட்டால் வங்கி வழங்கியுள்ள மொத்த கடன்தொகையின் வளர்ச்சி குறைவுதான்.

இவையும் உண்மைதான் என்றாலும், அவற்றின் தாக்கம் பெரிய அளவில் இருக்குமா என்பது தெரியவில்லை. மொத்த

சொத்துக்களின் அடிப்படையில் உலகின் 48 வது பெரிய வங்கி. மொத்த இந்தியாவிலும் பிடிக்கப்படும் டெபாசிட்டுகள் மற்றும் வழங்கப்படும் கடன் தொகைகளில் நாளில் ஒரு பங்குக்கு காரணமான வங்கி. டிப்பாசிட்ஸ் 44 லட்சம் கோடி வைத்திருக்கும் வங்கி.

SBI ன் முதல், 892 கோடி. ரிசர்வ்ஸ் & சர்ப்ளஸ் 3,58,000 கோடி. 10 ரூபாய் முகமதிப்புள்ள ஒரு பங்கிற்கான ஆண்டு சம்பாத்தியம், EPS, 75 ரூபாய். புக் வேல்யூ 371 ரூபாய்; மத்திய அரசு வைத்திருப்பது 54 % பங்குகள்; அந்நிய முதலீட்டாளர்கள் வைத்திருப்பது 10.36 % பரஸ்பர நிதிகள்உள்ளிட்ட இந்திய நிறுவனங்கள் வைத்திருப்பது வைத்திருப்பது 24% என்பதையெல்லாம் பார்க்கும்போது, இது போர்ட்போலியோவில் வைத்துக்கொள்ள வேண்டிய பங்கு என்றே தோன்றுகிறது.

27. மாருதி பங்கு விலைகள் பத்தாயிரத்திற்கு மேல்!

மாருதி சுசுகி பங்கு விலைகள் இதுவரை இல்லாத விலையாக ரூபாய் 10 ஆயிரத்தைத் தாண்டியிருக்கிறது. 10 ரூபாய் பங்கின் விலை, 1030 மடங்கு. சென்ற வார விலை ரூ 10300!

1981 ஆம் ஆண்டு ஜப்பான் நிறுவனமான சுசுகி மோட்டார் கார்பரேஷனுடன் இந்திய அரசின் புதிய நிறுவனமான மாருதி ஜாயிண்ட் வென்ச்சர் போட்டு, மாருதி சுசுகி என்ற கார் உற்பத்தி நிறுவனம் தொடங்கியது.

ஆரம்பத்தில் ஜப்பானிலிருந்து கார்களை இறக்குமதி செய்து விற்பனை செய்து கொண்டிருந்த நிறுவனம், 1982ல் ஹரியானாவில் ஒரு உற்பத்தி தொழிற்சாலை தொடங்கியது. ஒப்பந்தப்படி, முதலில் காரின் மொத்த பாகங்களில் 30 சதவீதத்தை மட்டும் உள்நாட்டிலே தயாரித்துக் கொண்டிருந்த சுசுகி, படிப்படியாக அதை அதிகரித்து, 2003ல் பெரும்பான்மையாகவும், 2007 ல் ஜப்பானிய நிறுவனத்தில் இருந்து முற்றிலும் விலகி, தனி நிறுவனமாகிவிட்டது.

கிட்டத்தட்ட 42 ஆண்டுகளாகத் தொடர்ந்து வளர்கிற சிறந்த நிறுவனமாகத் திகழ்ந்து வரும் மாருதி சுசுகி பங்கு விலைகள் தொடர்ந்து உயர்ந்து வந்தது. இப்போது புதிய மைல் கல்லாக 10,000 த்தை தாண்டியிருக்கிறது. மார்கன் ஸ்டானிலி, எச்.டி.எப்.சி செக்யூரிட்டீஸ், ICICI செக்யூரிட்டீஸ் போன்ற சில நிறுவனங்கள், இந்த விலை நிற்கும். மேலும் 5 சதவீதம் வரை உயரும் என்கிறார்கள்.

'இதுவரை இல்லாத அளவு' பங்கு விலை என்பதற்கு காரணம், சந்தை நன்றாக இருப்பதுடன், மாருதி இதுவரை இல்லாத அளவாக, ஒரே மாதத்தில் லட்சத்து 89 ஆயிரம் கார்கள் விற்பனை செய்திருப்பதும்தான்.

பொதுவாகவே தற்போது இந்தியப் பொருளாதாரம் சிறப்பாக இருக்கிறது. கொரோனாவுக்குப் பிறகு மக்கள் பல்வேறு பொருட்களையும் அதிகம் வாங்குகிற மனநிலையில் இருக்கிறார்கள், அந்த விதத்தில் கார்களும் வாங்கப்பட்டுக் கொண்டிருக்கின்றன. மார்க்கெட் லீடரான மாருதி அதன் பங்கிற்கு மிக அதிக எண்ணிக்கையில் கார்கள் விற்பனை செய்திருக்கிறது.

2023 ஆகஸ்ட் மாதத்தில் மட்டும் 1,89,082 82 கார்கள் விற்பனை. இது 2022 ஆகஸ்ட் மாத விற்பனையைவிட 14.5% அதிகம். இரட்டை இலக்க அதிகரிப்பு.

2023-24 நிதியாண்டின் முதல் காலாண்டில் நிகர லாபம், ரூ 2485 கோடி. 2022-23 முதல் ஆண்டைக் காட்டிலும் 145% அதிகம்.

எல்லாம் நன்றாக இருந்தாலும், கடந்த செவ்வாய் அன்று நடந்த நிறுவனத்தின் ஆண்டு பொதுமகாசபை கூட்டத்தில், நிறுவன சேர்மன், ஆர் சி பார்கவா கொஞ்சம் தற்காப்புபோல 'டிபென்சிவ்'ஆகத்தான் பேசியிருக்கிறார்.

சமீபத்தில் நமது மார்க்கெட் ஷேர் (மொத்த கார்கள் விற்பனையில் மாருதி வாகனங்களின் அளவு) குறைந்திருக்கிறது என்பது உண்மை. அதற்குக் காரணம் 'சிப்'கள் கிடைக்காதது மற்றும் மாருதி அதிகம் உற்பத்தி செய்யும் 'சிறிய வகை கார்கள் விற்பனை' பொதுவாகவே குறைந்திருப்பதும்தான் என்றார். மேலும், மின்சார வாகனங்களான EV வகையில் மாருதி அதன் போட்டியாளர்கள் அளவிற்குப் புதிய அறிமுகங்கள் செய்யவில்லை, 2025ல் தான் அறிமுகம் செய்கிறோம் என்றாலும் கூட' என்று சொல்லித்தான், மாருதி சுசுகி வேறு என்ன சிறப்பாகச் செய்கிறது என்று சொன்னார்.

மாருதி சுசுகியின் பலம், எதிர்காலத் தொழில்நுட்பங்களான ஹைபிரிட் வகை கார்களை உற்பத்தி செய்வதில் இருக்கிறது. எத்தனால் மற்றும் சி. என் ஜி வாயுக்கள் கலந்து கலந்து செய்யும் எரிபொருட்கள் பயன்படுத்தும் வாகனங்கள் hybrids, vehicles fuelled by ethanol and compressed natural gas (CNG) விற்பனையில் மாருதி 25% சந்தைப் பங்கு -மார்கெட் ஷேர்- வைத்திருக்கிறது. போட்டியாளர்கள் அருகில் கூட இல்லை என்றிருக்கிறார்.

மேலும் மாருதி 2030ம் ஆண்டிற்குள் அதன் உற்பத்தியை இரு மடங்காக்கப் போகிறது என்று அறிவித்திருக்கிறார். இப்போதைய,

ஆண்டிற்கு 22.5 லட்சம் கார்கள் என்பதில் இருந்து ஆண்டிற்கு 4 லட்சம் என்ற எண்ணிக்கைக்குப் போகப்போகிறது. அதற்காக 45,000 கோடி ரூபாய் முதலீடு செய்யவிருக்கிறோம் என்று சொல்லியிருக்கிறார்.

பல்வேறு நிறுவனங்களும் அவர்கள் ஈக்விட்டி பங்குகளின் முகமதிப்பைக் குறைத்து 'ஸ்டாக் ஸ்பிலிட்' செய்திருக்கிறார்கள். அதுபோல மாருதி சுசுகியும் செய்ய வேண்டும் என்று பங்குதாரர்கள், குறிப்பாக சிறு முதலீட்டாளர்களும் டிரேடர்களும் தொடர்ந்து கேட்டுக்கொண்டிருக்கிறார்கள்.

அந்தக் கோரிக்கைக்குப் பதில் அளிக்கும் விதமாக பார்கவா, 'இதை கவனத்தில் கொள்கிறோம்' என்று சொல்லியிருக்கிறார். மேலும், 'பொதுவாக ஒரு நிறுவனம் கொடுக்கிற போனஸ் பங்குகளோ அல்லதுஸ்டாக் ஸ்பிலிட்டோ பங்குதாரர்களுக்கு நிறுவனத்திடமிருந்து கிடைக்கும் வருமானத்தை மாற்றிவிடாது. எனினும் பங்குவிலை பத்தாயிரம் ரூபாய் அளவிற்கு போய்விட்டதால் பங்குகளை வர்த்தகம் செய்வதற்கு உதவியாக இருக்கும் என்கிற காரணத்தால் ஸ்ஸ்டாக் ஸ்பிலிட்டை கவனத்தில் கொள்கிறோம், யோசிக்கிறோம் (கன்சிடெர் செய்கிறோம்)' என்று சொல்லியிருக்கிறார்.

மாருதி சுசுகி விற்பனை அதிகரித்திருக்கிறது. லாபம் கணிசமாக கூடியிருக்கிறது. ஹபிரிட் வகை கார்களில் இன்னும் சிறப்பாக செய்யவிருக்கிறது. 45,000முதலீட்டில் உற்பத்திப் பெருக்கம் செய்யவிருக்கிறது என்பதெல்லாம் பங்குதாரர்களுக்கு நல்ல செய்திதான். ஆனால், அதன் இந்த விலை உயர்வு தற்போது நிற்பதற்குக் காரணம், அதன் ஸ்டாக் ஸ்பில்ட் வாய்ப்பு குறித்து நிறுவனத்தலைவர் பார்கவா 'போர்ட்'க்கு இந்தக் கோரிக்கையை எடுத்துச்செல்கிறோம் என 'பாசிட்டிவ்'ஆக பேசியிருப்பதுதானோ?

அதுதான், மாருதி பங்குவிலை நிலை என்பதை அடுத்த 'கியர்'க்கு மாற்றியிருக்கிறதோ!

28. பவர் காட்டும் பங்குகள்

எப்படி இந்த மாற்றம்? எதனால் இந்த மாற்றம்? என்று உறுதியாகச் சொல்லமுடியாத அளவுக்கு பங்குச் சந்தை 'சென்டிமென்ட்'ல் மாற்றம் வந்திருக்கிறது தண்ணீர் மேட்டில் இருந்து பள்ளத்துக்கு பாயும் வேகத்தில் பங்குச் சந்தைக்குள் பணம் வந்துகொண்டிருக்கிறது. பல்வேறு நிறுவனங்களின் பங்கு விலைகள், 'இன்னும் இன்னும்' என்று தொடர்ந்து உயர்ந்து கொண்டிருக்கின்றன.

மழைபெய்த இரவுக்குப் பின், காலை திடீரென எங்கிருந்தோ எறும்புகள் வருவது போல, சாலைகளில் தவளைகள் தென்படுவது போல, இந்தியப் பங்குச் சந்தைகளிலும் இப்போது பல பங்குகளின் விலைகள் மடமடவெனத் தொடர்ந்து உயர்ந்து கொண்டிருக்கின்றன. உதாரணத்திற்காக, ஒரு பானை சோற்றுக்கு ஒன்று அல்ல. மூன்று பருக்கைகள் போல மூன்று பங்குகள் குறித்துப் பார்க்கலாம்.

இந்தப் பங்குகள் எல்லாம் அதானி அம்பானி குழுமப் பங்குகளோ அல்லது தகவல் தொழில்நுட்பம் அல்லது செயற்கை நுண்ணறிவுத் துறை பங்குகளோ அல்ல. மத்திய அரசு பெரிய அளவில் பங்குகள் வைத்திருக்கும் பொதுத்துறை நிறுவனப் பங்குகள். எப்போதும் இல்லாத விதமாக இவற்றின் விலைகள் கொதிநிலையில் இருப்பது போல தினம் தினம் ஏறுகின்றன.

முதலாவது பங்கு, REC என்று குறிப்பிடப்படும் ரூரல் எலெக்ட்ரிக் கார்ப்பரேஷன் பங்கு. 2022 ஆம் ஆண்டு செப்டெம்பர் மாதம் அதாவது, 12 மாதங்களுக்கு முன்னால் அந்தப் பத்து ரூபாய் முகமதிப்பு பங்கின் விலை ரூ.100. கடந்த வெள்ளிக்கிழமை, 8 செப்டெம்பர் அன்று அதன் விலை ரூபாய் 270! இதுவரை

பார்க்காத, 'லைப் டைம் ஹை' விலை. ஓராண்டில் 170% விலை உயர்வு! கடந்த வெள்ளியன்று மட்டும் 25 ரூபாய் விலை உயர்வு!

ஐ பி ஓ மூலம் 2008 ஆம் ஆண்டு மார்ச் மாதம் 105க்கு வழங்கப்பட்ட 10 ரூபாய் முகமதிப்புள்ள பங்கு. அதற்குப் பிறகு அது மிக அதிகம் விலை நடந்தது, 2017 ஆம் ஆண்டு ரூபாய் 150 க்கு. அப்படியாக, 2008 முதல் 2023 ஜுன் வரை வரையிலான 15 ஆண்டு காலத்திற்கு அதனுடைய அதிகபட்ச விலை 150 மட்டுமே. இப்போது 2023 செப்டெம்பரில் ரூபாய் 270.

மற்றொரு பங்கு, PFC என்று குறிப்பிடப்படும் பவர் பைனான்ஸ் கார்ப்பரேஷன். இந்தப் பங்கும் அதனுடைய 'லைப் டைம் ஹை' விலையைக் கடந்த வெள்ளி, 8 செப்டெம்பர் அன்று தொட்டிருக்கிறது. அன்று ஒரே நாளில் மட்டும் 12.23% விலை உயர்வு ரூபாய் கணக்கில் 33.

பவர் பைனான்ஸ் கார்ப்பரேஷனின் பத்து ரூபாய் முகமதிப்புள்ள பங்குகள் ஐபிஓ மூலம் ரூபாய் 85க்கு வெளியிடப்பட்டு பட்டியலிடப்பட்டது 2010ல்.

அதன் பிறகு 2010 ஆம் ஆண்டு ரூபாய் 180 க்கு விலை போய் இருக்கிறது. அந்த விதத்தில் கடந்த 13 ஆண்டுகளில் இல்லாத 'ஆல் டைம் ஹை' விலையாக ரூபாய் 305 தொட்டு இருக்கிறது.

மூன்றாவதாக கோல் இந்தியா பங்குகள். இதுவும் மத்திய அரசு அதிகமான பங்குகளை வைத்திருக்கிற ஒரு பொதுத்துறை நிறுவனம். கடந்த வெள்ளி அன்று எட்டு ரூபாய் விலை உயர்வு. சதவீத கணக்கில் 2.96.

இந்த நிறுவனத்தின் பங்குக பட்டியலிப்பட்டது நவம்பர் 2010ல். ஐபிஓ வில் வழங்கப்பட்ட விலை 245. அதன் பிறகு 2015ஆம் ஆண்டில் அதிகபட்சமாக 430 ரூபாய் வரை போன பங்கு விலை தொடர்ந்து இறங்கி ரூபாய் 140 வரை கூட வந்தது.

இவற்றுக்கு மட்டுமல்ல. இப்படிப்பட்ட அசத்தும் விலை உயர்வுகள் பல பங்குகளுக்கு நடந்துகொண்டிருக்கின்றன. எல்லாவற்றுக்கும் காரணங்கள் இருக்கும். இந்த மூன்று பங்குகளுக்கும் இவ்வளவு விலை நடக்க என்ன காரணம்?

பொதுவாக இந்தியாவில் எரிசக்தி உற்பத்தித் துறை பங்குகளுக்கு ஒரு புதிய டிமாண்ட் வந்திருப்பதாகத் தெரிகிறது.

ஆகஸ்ட் 2023 ல் மொத்த மின்சார உபயோகம் 151.66 பில்லியன் யூனிட்டுகள் என்றும். அது கடந்த ஆண்டின் பயன்பாட்டுடன் ஒப்பிடும்போது 16% அதிகம் என்றும் தெரிகிறது.

நாட்டில் பொருளாதார வளர்ச்சி அதிகரிக்கிறபோது பல்வேறு துறைகளும் முழு வேகத்தில் உற்பத்தி செய்கிற நிலையில், மின்சாரத்தின் தேவை அதிகரிக்கவே செய்யும். அதிலும் குறிப்பாக இந்த ஆண்டு பருவமழை குறைவாக இருக்கிற காரணத்தினால் ஹைட்ரோ பவர் உற்பத்தி குறைந்து, தெர்மல் பவர் உற்பத்தி அதை ஈடுகட்ட வேண்டி வரலாம். அதனால் கோல் இந்தியா பங்கு விலை உயர்கிறது.

மின்சாரம் தொடர்பான நிறுவனங்களுக்குக் கடன் கொடுப்பது உள்ளிட்ட நிதி சேவைகளைச் செய்யும் PFC மற்றும் PFC நிறுவனப் பங்குகள் விலை உயர்வதற்கும் மின்துறையின் வளர்ச்சி குறித்த எதிர்பார்ப்புகளே காரணம்.

பல ஆண்டுகளாக 'டிவிடெண்டுக்கு நல்லது' என்ற கண்ணோட்டத்தில் இந்த நிறுவனப் பங்குகளை வைத்திருப்பவர் களுக்கு இந்தப் பங்குகளுக்கு இவ்வளவு விலையா என்று இன்ப அதிர்ச்சி.

ஆகா, நல்ல லாபம் என உயரத் தொடங்கிய உடனே விற்றுவிட்டு, என்ன இது இன்னும் ஏறுகிறது, இவ்வளவு உயர்கிறது என்று பார்த்துக்கொண்டிருப்பவர்களுக்கு ஏமாற்றம் மற்றும் எரிச்சல்.

இதோடு நிற்கப்போவதில்லை. இன்னும் உயரும் வாய்ப்பிருக்கிறது என்று சொல்வது போலிருக்கிறது வர்த்தகம் நடக்கும் எண்ணிக்கையான வால்யூம்.

29. இந்தியன் ஓவர்சீஸ் வங்கி ஏன் இவ்வளவு விலை உயர்வு?

பங்குச் சந்தை தொடர்பான சில வலைதளங்களைப் பார்த்தபோது ஒரு வலைதளத்தில், 'இப்பொழுது வாங்கினால் உடனடியாக விலை உயரக்கூடிய' 'ஹாட் ஸ்டாக்' கள் பட்டியலில், நம்ம ஊர் இந்தியன் ஓவர்சீஸ் வங்கியின் பெயர் இருந்தது.

எனக்கு ஆச்சரியம். காரணம், நான் கடைசியாகப் பார்த்தபோது அந்தப் பங்கின் விலை பத்து ரூபாய்க்கும் கீழ். சிலர், பங்கு விலை இப்படி முகமதிப்பிற்குக் கீழே வந்திருப்பது ஒரு வாய்ப்பு. கண்ணை மூடிக்கொண்டு ஆயிரக்கணக்கில் வாங்கிப் போடுங்கள் என்று கூட சொன்னார்கள்.

சரி, விவரங்கள் தெரிந்துகொள்வோம் என்று தேடினேன். நான் பார்த்தபோது ஐ ஓ பி யின் 'நான் பெர்பார்மிங் அசெட்' (NPA) 20%. ஒரு காலாண்டில் நட்டம் 6000 கோடி ரூபாய் என்பதெல்லாம் கண்ணில்பட, அந்நிலையில் பங்குவிலை மேலும் என்ன ஆகும் என்று யூகிக்க, ரிஸ்க் எடுக்க விரும்பாமல், அந்தப் பங்கை வாங்கவில்லை. தவிர்த்துவிட்டேன்..

அலகாபாத் வங்கி போன்ற பல்வேறு வங்கிகள் வேறு வங்கிகளுடன் இணைக்கப்பட்டு பொதுத்துறை வங்கியில் உள்ள வங்கிகளின் எண்ணிக்கையைக் குறைத்தபோது, இந்தியன் ஓவர்சீஸ் வங்கியோடு வேறு எந்த வங்கியையும் இணைக்கவில்லை.

இன்னமும் கூட முழு பப்ளிக் செக்டார் வங்கியாக, வங்கியின் உடைய மொத்தப் பங்குகளில் 96.38 சதவீதம் மத்திய அரசே வைத்திருக்கும் ஒரு வங்கியாக ஐ.ஓ.பி. இருக்கிறது.

2012ல் 16,646 கோடியாக இருந்த அதன் ஈக்விட்டி கேப்பிடல், 2023ல் 18,902 கோடியாக உயர்ந்திருக்கிறது 2021ல் பத்து ரூபாய் முகமதிப்புள்ள பங்கின் ஆண்டு சம்பாத்தியம் () 52 காசிலிருந்து,

2023ல் ஒரு ரூபாய் *15* காசாகியிருக்கிறது. புக்வேல்யு ரூ.*10.27ல்* இருந்து *13.16* ஆக, உயர்ந்திருக்கிறது. மொத்தத்தில் கடந்த சில காலாண்டுகளில் வியாபாரம் கூடி, லாபமும் லேசாக அதிகரிக்கிறது. மற்றொரு நல்ல அம்சமாக அதன் கிராஸ் மற்றும் நெட் *NPA* சதவீதங்களும் தொடர்ந்து குறைந்துவருகின்றன.

மோசமான நிலையிலிருந்து மீண்டு இப்போது லாபம் செய்கிறது. பங்குச் சந்தையும் தொடர்ந்து ஏறுமுகமாக இருக்கிறது. ஆனாலும் நிறுவனங்களை ஆய்வு செய்து வாங்கும் விற்கும் அந்நிய நாட்டு முதலீட்டாளர்களோ, உள்நாட்டு நிறுவனங்களான பரஸ்பர நிதி போன்றவையோ இந்தப் பங்கை கடந்த சில மாதங்களில் வாங்கிச் சேர்க்கவில்லை

எப் ஐ ஐ கள் *2023* மார்ச் *31* வரை *0.14 %* பங்குகள் வைத்திருந்தார்கள். *30* ஜூன் *23ல்* அது, *0.09 %* ஆக குறைந்திருக்கிறது. உள்நாட்டு நிறுவனங்களின் *(DII)*ஹோல்டிங் அதே காலகட்டத்தில் *1.35%* ல் இருந்து *1.33 %* ஆகக் குறைந்திருக்கிறது. ஆக, விலை உயர்ந்ததைப் பயன்படுத்தி இன்ஸ்டிடூஷன்ஸ் கொஞ்சம் விற்றிருக்கிறார்கள்.

அவர்கள் விற்றிருந்தபோதும் ஐ.ஓ.பி. பங்கு விலை கடந்த இரண்டு ஆண்டுகளில் பல மடங்காக உயர்ந்து இருக்கிறது.

ஜூன் *2020-ல்* வெறும் *7* ரூபாய் *50* காசு. ஜனவரி *2021ல்* *10* ரூபாய் *75* காசு. ஜனவரி *2022ல்* *20* ரூபாய் *35* காசு. ஜனவரி *23ல்* *32.30*. இப்போது செப்டெம்பர் *29, 2023ல்* *46.95*. இப்படி விடாமல் இந்தப் பங்கின் விலை தொடர்ந்து உயர்ந்துகொண்டே போவதன் காரணம் என்னவாக இருக்கும்?

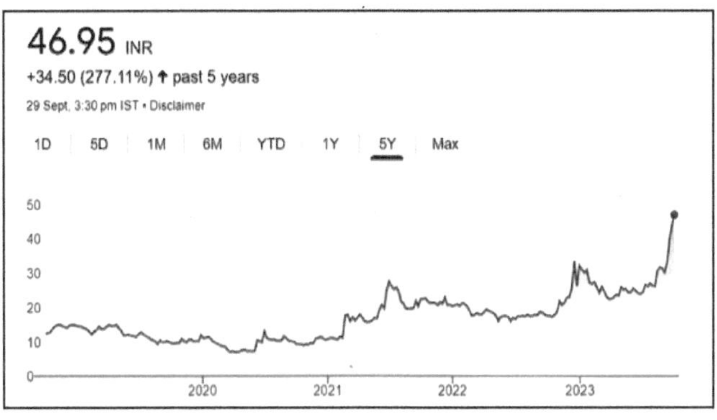

மத்திய அரசு 96.38% பங்குகள் வைத்திருப்பது, நட்டம் ஆனபோது கேப்பிடல் கொடுத்துக் கைதூக்கிவிட்டது, வேறு எந்த வங்கியோடும் இணைக்காமல் இருப்பது, பொதுவாகவே வங்கித் துறை இந்தியாவில் தற்சமயம் லாபம் ஈட்டுவது, இந்த வங்கியின் வங்கியின் வியாபாரம் லாபம் போன்றவை கடந்த சில காலாண்டுகளாகத் தொடர்ந்து அதிகரிப்பது என காரணம் எதுவாகவும் இருக்கலாம்.

ஆனாலும் பல்வேறு வங்கிகளுடன் ஒப்பிடுகையில் ஐ ஓ பி பங்கின் தற்போதைய சந்தை விலை, அதன் புக் வேல்யு P/B யைப் போல 3.8 மடங்கு ஆகிவிட்டது. ஆனால், ஸ்டேட் பேங்கின் P/B 1.81 தான். பேங்க் ஆப் பரோடா வின் P/B 1.19 மட்டுமே. பஞ்சாப் நேஷனல் பேங்கின் P/B, 0.97 தான்.

இப்போதைய சம்பாத்தியம், வங்கியின் நிதிநிலை ஆகியவற்றைப் பார்க்கும்போது இந்த விலை மற்ற வங்கிகளோடு ஒப்பிடுகையில் அதிகம்தான்.

எனவே இந்த விலை உயர்வுக்கு வேறு காரணங்கள் இருக்கவேண்டும். உதாரணமாக, சென்ட்ரல் பேங்க் ஆப் இந்தியா மற்றும் இந்தியன் ஓவர்சீஸ் வங்கிகளின் பங்குகளை (ஒரு பகுதியை) தனியாருக்கு (டிஸின்வெஸ்ட்மெண்ட்) கொடுக்கலாம் என்று நிதிஆயோக் பரிந்துரை செய்திருப்பதாக சொல்லப்படுவது. அல்லது இந்த வங்கி சந்தையில் முதல் திரட்ட பங்கு வெளியீடு செய்யலாம் என யூகிக்கப்படுவது. அல்லது வேறு ஏதோ எதிர்பார்ப்பு.

ஆக, எதோ ஒன்றை எதிர்பார்த்துச் சிலர் இந்த விலையிலும் வாங்கிச் சேர்கிறார்களோ!

30. பறக்கும் பொதுத்துறை நிறுவனப் பங்குவிலைகள்

பங்குச் சந்தையில் பட்டியலிடப்பட்டிருக்கும் பங்குகளைப் பல விதங்களில் பிரிக்கிறார்கள். தேசியப் பங்குச் சந்தையில், நிஃப்டி 50 என்பது டாப் 50 நிறுவனங்கள் அடங்கிய பட்டியல். அதே சந்தையில் நிஃப்டி 100, நிஃப்டி 500 என்று தேர்ந்தெடுத்த பங்குகளை வெவ்வேறு பட்டியலில் வைத்திருக்கிறார்கள். இவை அந்த நிறுவனங்களின் செயல்பாடுகளின் அடிப்படையில் பிரிக்கப்படுவது. தொடர்ந்து சிறப்பாக வியாபாரம் செய்து வரும் நிறுவனங்களின் பங்குகள் அவை.

வங்கி பங்குகள், எரிசக்தித் துறை பங்குகள், உலோகத்துறைப் பங்குகள், எண்ணெய் நிறுவனப் பங்குகள், கட்டுமானத் துறைப் பங்குகள் என நிறுவனம் செய்யும் வியாபாரத்தை வைத்தும் பங்குகளுக்கு ஓர் பட்டியல் அல்லது அடையாளம் கொடுக்கிறார்கள்.

இதெல்லாம் தவிர, அவற்றின் வியாபாரம் கூடுதலோ குறைவோ, அவை லாபம் செய்கின்றனவோ இல்லையோ. அவை எந்தத் துறையில் இயங்கினாலும் சரி. ஆனால் அவற்றின் பெரும்பாலான பங்குகளை வைத்திருந்து நிறுவனங்த்தை நிர்வாகம் செய்வது யார் என்பதை வைத்தும் அடையாளப்படுத்துகிறார்கள்.

இந்த விதத்தில், மல்டி நேஷனல் கம்பெனிஸ் என்று சில பங்குகள். பப்ளிக் செக்டார் நிறுவனங்கள் என்று வேறு சில பங்குகள். குறிப்பிட்ட காலகட்டத்தில் வியாபாரச் சூழ்நிலையில் அல்லது அரசின் கொள்கைகளைப் பொறுத்து குறிப்பிட்ட பட்டியலில் வரக்கூடிய பங்குகளின் விலைகள் உயரும் அல்லது இறங்கும்.

அந்த விதமாக சமீபத்தில் மிக அதிகம் விலை உயர்ந்த பங்குகளாக இருப்பவை பப்ளிக் செக்டார் பங்குகள் என்பதைக் கவனித்தீர்களா?

ஏற்கனவே இருக்கிற சாதகமான சூழ்நிலைகளுக்கு மேல் அடுத்து ரிசர்வ் வங்கி இப்போதைக்கு வட்டி விகிதத்தில் மாற்றம் இல்லை என்று சொன்னதும், இந்த 2023-24-ஆம் ஆண்டில் நாட்டின் உள்நாட்டு உற்பத்தி மதிப்பு ஜிடிபி 7 % ஆக இருக்கும் என்று உயர்த்தியதும் எரிகிற நெருப்பில் நெய்யை ஊற்றியதுபோல் ஆனது.

சென்செக்ஸ் எழுபதாயிரமும். நிஃப்டி 21,000 ஐயும் தொட்டுத் திரும்பி இருக்கிறது. கடந்த ஆறு மாதத்தில் நிஃப்டி உயர்ந்தது என்னவோ 12 சதவீதம். ஆனால், பொதுத்துறை நிறுவனம் பங்குகளினுடைய உயர்வு 50 சதவீதம் என்றால் நம்புவீர்களா?

சாதாரண விலைகளில் இருந்த ஐடிஐ பங்கு விலை, இப்போது 300 ரூபாய். பெல் 184 ரூபாய். அதைவிட ஆச்சரியம் கடந்த ஆறு மாதத்தில் 64 சதவீதம் விலை உயர்ந்து, என்டிபிசி பங்கு! கடந்த வார முடிவு விலை 286 ரூபாய். aஅக, இப்போதைய மொத்த சந்தையின் எழுச்சிக்கு பப்ளிக் செக்டார் துறை பங்குகளின் பங்களிப்பு கணிசமானதே!

பப்ளிக் செக்டார் பங்கு விலைகள் எவ்வளவு உயர்ந்திருக்கிறது என்றால், 2023 ஆம் ஆண்டின் இரண்டாவது அரையாண்டு முடிவில் பரஸ்பர நிதிகளின் அமைப்பான AMFI, எந்தெந்த நிறுவனங்கள் 'மிட் கேப்' என்கிற நிலையிலிருந்து 'லார்ஜ் கேப்' என்ற நிலைக்கு புரமோட் செய்யப்படலாம் என்கிற பட்டியலில் வருகிற ஒன்பது பங்குகளில், ஐந்து பங்குகள் பொதுத்துறை நிறுவனப் பங்குகள் என்றால் பார்த்துக்கொள்ளுங்கள்.

IRFC, PFC, REC, IOB மற்றும் யூனியன் பாங்க் ஆப் இந்தியா ஆகிய நிறுவனப் பங்கு விலைகள் உயர்ந்து உயர்ந்து, இப்போது அவை 'லார்ஜ் கேப்' பங்குகளாக 2024 முதல் கருதப்படும் நிலை ஏற்பட்டிருக்கிறது.

இந்த ;கிராஜுவேஷன்' என்ற மதிப்பு மாற்றத்தால் ஏற்படும் குழுமாற்ற நிகழ்வில் இதுவரை 'ஸ்மால் கேப்' என்கிற வகையில் வந்த சுஸ்லான், மஜகான் டாக், SJUN, கே இ ஐ இண்டஸ்ட்ரீஸ், கிரெடிட்அக்செஸ்கிராம் இன்சைடு, அஜந்தா ஃபார்மா மற்றும் நாராயண சிறுதாலயா ஆகிய பங்குகள் 'மிட்கேப்' க்கு நகர்கின்றன.

2024 முதல் பரஸ்பர நிதிகள் அவை எந்த வகை மார்க்கெட் கேப்பிடலைசேஷனில் முதலீடு செய்வதாக அறிவிக்கிறதோ

அதைப் பொறுத்து இந்தப் பங்குகளை வைத்திருக்கிற அல்லது வாங்க நினைக்கிற பரஸ்பரநிதிகள் அந்தப் பங்குகளை விற்கும் அல்லது வாங்கும். மற்றபடி இந்தப் பங்குகளை வைத்திருக்கிற பங்குதாரர்களுக்கு எந்த நேரடி தாக்கமும் இல்லை.

பொதுத்துறை நிறுவனப் பங்குகள் இவ்வளவு விலை உயர்வதற்கு என்ன காரணம்? இந்த உயர்வு நீடிக்குமா? இந்த விலைவு உயர்வில் கையில் இருக்கிற பங்குகளை விற்று லாபம் பதிவு செய்துவிடலாமா? அல்லது இன்னும் விலை ஏற வாய்ப்பு இருக்கிறதா? இன்னும் கூட வாங்கிச் சேர்க்கலாமா? என்பது போன்ற கேள்விகள் முதலீட்டாளர்கள் மனதில் வருவது இயல்புதான்.

பொதுத்துறை நிறுவனங்கள் இன்று பொதுவாகக் கூறினாலும் அவற்றுக்குள்ளும் ஆயில் கம்பெனிகள், வங்கிப் பங்குகள், இன்ஜினியரிங் நிறுவனங்கள் என்பது போன்ற பகுப்புகள் உண்டு.

தற்போது ஆட்சியில் இருக்கிற பிஜேபி அரசு, இந்தியாவில் உள்நாட்டு உற்பத்தி என்பதற்கு முக்கியத்துவம் கொடுத்து, பொதுத்துறை நிறுவனங்களுக்கு பெரிய வாய்ப்புகளைக் கொடுத்திருக்கிறது என்பது ஒரு காரணம். இரண்டாவதாக, மத்தியஅரசு, சாலைகள், ரயில்வே மற்றும் பாதுகாப்பு துறையான டிபன்ஸ் போன்றவற்றில் அதிக முதலீடு செய்கிறது. அந்த வியாபார வாய்ப்புகளில் பல பல்வேறு மிகப்பெரிய நவரத்தினா இன்ஜினியரிங் பொதுத்துறை நிறுவனங்களுக்குக் கிடைக்கின்றன.

2024 இதே கட்சி மத்தியில் ஆட்சிக்கு வரும்பட்சம், இதே கொள்கைகளைத் தொடர்கிறபட்சம் பொதுத்துறை நிறுவனப் பங்கு விலைகள் அதிகரிக்கலாம் என்பது முதலீட்டாளர்களுடைய எண்ணமாக இருக்கலாம்.

வருகிற செய்திகளைப் பொறுத்தவரை, மேலே பார்த்த ரிசர்வ் வங்கி கவர்னரின் ஜிடிபி குறித்த மாற்றி அமைக்கப்பட்ட சதவிகிதம் மற்றும் மாற்றாத ஆறரை சதவீதம் என்கிற வட்டி விகிதம் ஆகியவை ஒருபுறம் என்றால், தொடர்ந்து அமெரிக்காவில் பாண்டுகளுக்குக் கிடைக்கிற ஈல்ட் 4.2% க்கும் கீழ் என்பது மறுபுறம். இவை இரண்டுமாக முதலீட்டாளர்களைத் தொடர்ந்து இந்திய பங்குச் சந்தைகள் மீது நம்பிக்கைகொள்ளவைக்கின்றன.

இவற்றையெல்லாம் வைத்து நொமுரா என்ற பெரிய முதலீட்டு

நிறுவனம், இந்தியாவை 'லார்ஜ் & லிக்விட் மார்கெட்' என்று குறிப்பிட்டு அது விரும்பும் பெரிய இந்திய நிறுவனப் பங்குகளைத் தொடர்ந்து வாங்க விருப்பப்படுவதாகச் சொல்லியிருக்கிறது.

சந்தை குறியீட்டு எண்கள் மற்றும் பங்குகளின் விலை உயர்வை, 'டெக்னிக்கல் அனலிஸ்ட்கள்' வேறுவிதமாக கவனிப்பார்கள், விவரிப்பார்கள். அப்படிப்பட்ட டெக்னிக்கல் பார்வைகளில் ஒன்று, 'இப்போது நடக்கிற பங்குகளினுடைய விலைகள் கடந்த இருநூறு நாட்களில் நடந்த சராசரி விலைகளை விட அதிகமாக குறைவா?' என்கிற 200 டேஸ் மூவிங் ஆவரேஜ். (200 DMA).

நிஃப்ட்டி 50 பட்டியலில் உள்ள 50 நிறுவனப் பங்குகளில் 49 நிறுவனப் பங்குகள் தற்போது அவற்றின் மீது 200 DMA விட அதிகமாக இருக்கின்றன. தேசிய பங்குச் சந்தையில் நிஃப்டி 500 என்கிற பட்டியலில் இருக்கிற 90 சதவீதப் பங்குகளினுடைய விலைகளும் அதேபோல அவற்றின் 200 டேஸ் மூவிங் ஆவரேஜ், 200 DMA க்கு மேல் இருக்கின்றன.

டெக்னிக்கல் அனலிஸ்ட்களைப் பொறுத்தவரை இப்படி விலைகள் இருப்பது, விலைகள் தொடர்ந்து உயரலாம். குறைந்தபட்சம் இறங்காமல் இருக்கலாம் என்பது.

ஆனால், இதுபோன்ற விஷயங்கள் பலருக்கும் தெரியும் என்கிற காரணத்தினாலும், இன்னமும் கூட 2024 பொதுத்தேர்தல் என்கிற ஒரு மிகப்பெரிய சுவரை இந்திய பங்குச் சந்தை தாண்ட வேண்டி இருக்கிற காரணத்தினாலும், கையில் இருக்கும் கணிசமான லாபத்தைப் பதிவு செய்து பாதுகாப்பு செய்துகொண்டுவிடலாமே என்று சிலர் நினைத்தால், பெரிய முதலீட்டாளர்கள் விற்றால், சந்தை தற்காலிகமாகச் சற்றுத் தளர்வடையக் கூடும். அந்த சாத்தியம் இல்லாமல் இல்லை.

31. ஐடி ஆட்டக்காரர்கள் ஆளுக்கு ஒரு சிக்சர்

சில அறைகள் இருட்டாக இருக்கும். சில அறைகளில் லேசான வெளிச்சம் இருக்கும். வேறு சில அறைகளோ மிக அதிகமான வெளிச்சத்துடன் காணப்படும். அந்த வெளிச்சத்திற்குக் காரணம், அங்கே போடப்பட்டிருக்கும் விளக்குகள்.

2019 ஆம் ஆண்டிற்குப் பிறகு இந்தியப் பங்குச் சந்தைகளில் தொடர்ந்து வெளிச்சமாக இருக்கிறது. கடந்த இரண்டு மூன்று வாரங்களிலே லேசாக மங்கத்தொடங்கியது போல இருந்தது, கடந்த வாரம் மீண்டும் 'பளிச்' என்றாகி இருக்கிறது. காரணம், ஐடி துறை பங்குகளுக்குள் பாய்ந்த மின்சாரம்.

அந்த மின்சாரத்தின் பெயர் காலாண்டு முடிவுகள்.

ஜனவரி 11, வியாழன் அன்று மாலை, பங்குச் சந்தை வர்த்தக நேரத்திற்குப் பிறகு, இரண்டு பெரிய தகவல் தோழர் நிறுவனங்களுடைய 2023=24 ம் ஆண்டுடைய, மூன்றாம் காலாண்டு நிதிநிலை அறிக்கை வெளியிடப்பட்டது.

அவ்வளவுதான். மறுநாள், 'எப்போதடா வர்த்தக நேரம் தொடங்கும்?' எனக் காத்திருந்த முதலீட்டாளர்கள், சரவெடியின் திரியில் நெருப்பு வைத்தது போல, படபடவென ஐடி பங்கு விலைகளில் விளையாடிவிட்டார்கள்.

வெள்ளியன்று மட்டும் டாட்டா கன்சிடென்சி பங்கு நான்கு சதவீதமும் இன்போசிஸ் பங்கு 8% விலை உயர்ந்திருக்கின்றன. இரண்டும் ஜாம்பவான்கள். ஒரே நாளில் இவ்வளவு எல்லாம் உயர்வது அடிக்கடி நடக்காது.

அண்ணன் தம்பிகள் போன்ற டிசிஎஸ் மற்றும் இன்போசிஸ் நிறுவனங்கள் சிறப்பான மார்க் சீட் கொண்டுவர, அடுத்து வந்த

சித்தப்பன் மகன்கள் விப்ரோவும் ஹெச் சி எல்லும் நாங்களும்தான் என்று, அவர்களும் நல்ல ரிசல்ட் காட்ட, 'அப்படியா? இருந்தா வைத்துக்கொள்...' என்று அவற்றின் விலைகளும் முறையே 4 மற்றும் 3 சதவீதங்கள் உயர்ந்தன.

சென்செக்ஸ் நிஃப்டி குறியீட்டு எண்களில் ஐடி துறை பங்குகளின் வெயிட்டேஜ் அதிகமாக இருக்கிற காரணத்தினால், அந்த சந்தோஷம் பங்குச் சந்தை முழுவதும் பரவி மற்ற பங்குகளின் விலைகளிலும் பிரதிபலித்தது.

ரிசல்ட் காரணமாக விலை உயர்ந்தது என்று சொல்லப்படுகிறது. அப்படி என்றால், அந்த நிறுவனங்கள் ஒப்பிடக்கூடிய முந்தைய ஆண்டின் அதே காலாண்டைக் காட்டிலும் பிரமாதமான அளவு கூடுதல் வியாபாரமும் லாபமும் செய்து இருக்கின்றனவா? என்று கேட்டால், அதுதான் இல்லை என்று சொல்ல வேண்டும்.

இன்போசிஸ் நிறுவனத்தின் மூன்றாம் காலாண்டு லாபம், 6106 கோடி ரூபாய். இது 2022-23, மூன்றாவது காலாண்டோடு ஒப்பிடுகிற பொழுது 480 கோடி ரூபாய் குறைவு!

டிசிஎஸ் நிறுவனத்தின் வியாபாரம் அதே ஒப்பிடக்கூடிய காலாண்டில், 0.9 சதவீதமும், லாபம் 2%ம் அதிகம். டிசிஎஸ்ஸைப் பொறுத்தவரை இது ஒன்றும் பிரமாதம் இல்லைதான்.

ஆனாலும், அந்த நிறுவனங்களின் பங்கு விலைகள் இப்படித் தாவி ஓடியதற்கு என்ன காரணம்? அந்த நிறுவனங்களின் வியாபாரமும் லாபமும், 'எதிர்பார்த்ததைவிட' அதிகமாக இருந்ததுதான். சுருக்கமாக, அனலிஸ்டுகள் சொன்னது, 'பயந்ததை விட நல்ல ரிசல்ட்' என்பதுதான். அதுதான் கொண்டாட்டத்திற்குக் காரணம்.

ரிசல்ட் என்பது கடந்த மூன்று மாதங்களில் நடந்தது என்ன? ஈட்டியது என்ன? என்பன தவிர, அடுத்த மூன்று, ஆறு, பன்னிரண்டு மாதங்களில் வியாபாரம் எப்படி இருக்கும்? எந்தெந்தத் துறைகளில் இருந்து, எவ்வளவு வேலைக்கான ஆணைகள் வரும்? போன்ற 'கமெண்டரி' எப்படி இருக்கிறது என்பனவற்றைப் பார்பதுமாகும்.

டாடா கன்சல்டன்சி சர்வீஸ் ரிசல்ட்டில் 'இன் லைன் ரெவென்யூ குரோத்', வலுவான 'ஆப்பரேடிங் பர்பாமென்ஸ்' மற்றும் அதிகரித்திருக்கும் 'யெர்னிங் விசிபிலிட்டி' ஆகியவை

தென்படுகின்றன என்கிறார்கள் அனலிஸ்டுகள்.

மேலே பார்த்த அதே அம்சங்களில் இன்போசிஸ் நிறுவனத்தின் ரிசல்ட் இருந்தாலும் கூடுதலாக, ஏர்னிங் விசிபிலிட்டி என்ற அம்சத்தில் அதிக வாய்ப்புகளை இன்போசிஸ் பட்டியலிட்டு இருக்கிறது.

ஐடி துறை நிறுவனங்களின் வியாபார வாய்ப்புகளில் மூன்றில் ஒரு பங்கு வருவது 'பேங்கிங்& பைனான்சியல் சர்வீஸ்' *(BFSI)* துறையிலிருந்துதான். அந்தத் துறை நிறுவனங்களின் வியாபாரம் நன்றாக இருக்கிற காரணத்தினால், அவை செலவுகளைக் குறைக்காமல் தொடர்ந்து தகவல் தொழில்நுட்பத்தின் மீது செலவழிக்கும் என்பதுதான் நம்பிக்கை தரும் கமெண்ட்ரிக்கு மூலகாரணம்.

பத்து ஐ டி துறை பங்குகளை உள்ளடக்கிய நிஃப்டி ஐடி இண்டெக்ஸ் ஒரே நாளில் ஐந்து சதவீதம் இருந்து, கடந்த 20 மாதங்களில் இல்லாத புதிய உச்சத்தைத் தொட்டிருக்கிறது.

பங்குச் சந்தையை பொருத்தவரை, அதிலும் குறிப்பாக இந்திய பங்குச் சந்தைகளைப் பொறுத்தவரை, ஐடி நிறுவனப் பங்குகளின் விலை மாற்றங்கள் பெரிய தாக்கம் கொடுக்கும். காரணம், குறியீட்டு எண்களில் அவற்றின் வெயிட்டேஜ் அப்படி.

ஐடி துறை நிறுவன பங்குகளின் விலைகள் உயர்ந்த காரணத்தினால், உந்தித் தள்ளப்பட்டு, அது இதுவரை பிரதேசித்திராத புதிய உயரங்களுக்கு போயிருக்கின்றன சென்செக்ஸ்சும் நிஃப்டியும்.

இந்த வாரம், அதேபோன்ற வேறு துறைகள் சார்ந்த பெரும் ஜாம்பவான்களான, எச்டிஎப்சி வங்கி மற்றும் ஹிந்துஸ்தான் யூனி லீவர் போன்ற பெரு நிறுவனங்களின் ரிசல்ட்டுகள் வர இருக்கின்றன. அந்த நிறுவனப் பங்குகளின் விலை மாற்றங்களைப் பொறுத்து சென்செக்ஸ் மற்றும் நிஃப்டியின் போக்கு அமையும்.

வேறு எந்த காரணங்களால் விளக்குகளுக்கு வரக்கூடிய மின்சாரம் குறையும் என்று பார்த்தால், அது நாலு மாதத்தில் இல்லாத அளவாக உயர்ந்திருக்கும் சில்லறை பண வீக்கம் (5.69%). மற்றும் 8 மாதத்தில் இல்லாத அளவு குறைவான உற்பத்தித் துறை குறியீட்டு எண் (2.4%).

32. HDFC பங்கு: யானையா குதிரையா?

பங்குச் சந்தை முதலீட்டில் என்ன வாங்கலாம்? எது பாதுகாப்பான பங்கு? என்று கேட்டால், அதிகம் தெரியாதவர்கள் கூட உடனே 'லார்ஜ் கேப்' பங்குகள் என்பார்கள்.

அதிக ஆண்டுகள் பங்கு முதலீட்டில் வெற்றிகரமாக ஈடுபட்டு இருப்பவர்களை கேட்டால், அவர்கள் 'புளூ சிப்' பங்குகள் வாங்கலாம் என்பார்கள்.

பிறகு, நல்ல மேனேஜ்மென்ட், டிவிடெண்ட் தரும் நிறுவனப் பங்குகள் என விளக்கம் கொடுப்பார்கள்.

இப்படிப்பட்ட எட்டுப் பொருத்தங்களின் பெரும்பாலான பொருத்தங்கள் உள்ள பங்குகளில் முக்கியமான இரண்டு, ஹெச்டிஎஃப்சி லிமிடெட் மற்றும் ஹெச்டிஎஃப்சி வங்கி.

ஒன்று, இரண்டு அல்ல. 20 ஆண்டுகளாக 'குட் பாய் ' பேர் எடுத்த பங்குகள் இவை. எந்தச் சரிவின்போதும் கண்ணை மூடிக்கொண்டு வாங்கலாம் எனப் பெயர் பெற்ற பங்குகள்.

அப்படிப்பட்ட அந்த இரண்டும் ஒருங்கிணைந்த பங்கிற்கு இப்போது அக்னி பரீட்சை நடந்துகொண்டிருக்கிறது. ஜூன் 2023 அதன் விலை 1701 . இப்போது ரிசல்ட் வந்த பிறகு அதன் விலை 1480.

தொலைக்காட்சி, யூட்யூப், இணையதளங்கள் என எல்லாவற்றிலும் விலை விழுந்திருக்கும் இந்தப் பங்கை வாங்கலாமா கூடாதா என்கிற விவாதங்கள் நடக்கின்றன.

அறிமுகம் இருப்பவர்கள் என்னிடமும் கேட்கிறார்கள். வெளிநாடுகளில் இருந்துகூட whatsapp கேள்விகள் வருகின்றன.

பங்குச் சந்தையில் ஒரு பொதுவான எழுதப்படாத விதி. அல்ல. பழக்கம், நன்கு அறியப்பட்ட இப்படிப்பட்ட பெரிய உறுதியான நிறுவனப் பங்கு விலைகள் எப்போதாவது, ஏதாவது காரணங்களுக்காக விழுந்தால் அதை வாங்கலாம் என்பது.

பங்கு முதலிடம் பெரும் வெற்றியாளர் வாரன்பபெட், 'எல்லோரும் அச்சப்படும் பொழுது வாங்குங்கள். எல்லோரும் அதிகம் வாங்கும்போது விற்றுவிடுங்கள்' என்று சொல்வார்.

எல்லா சூழ்நிலைகளுக்கும், எல்லா புல்களுக்கும் இந்த விதி அப்படியே பொருந்தாது என்றாலும், இந்த *hdfc* பங்கு வீழ்ச்சியின் போது அது ஓரளவு பொருந்துவது போலத் தெரிகிறது.

ஹெச்டிஎஃப்சி என்பது இரண்டு அல்ல. ஒன்றாகிவிட்டது. வீட்டுக் கடன் கொடுக்கும் நிறுவனம் வங்கியோடு இணைந்து விட்டது.

இரண்டு மிகப்பெரும் நிறுவனங்கள் ஒன்றாக இணைந்தால், நிர்வாகத்தில் குழப்பங்கள் வராமல் இருக்கலாம். ஆனால், அவற்றின் நிதிநிலை அறிக்கைகள் ஒன்றாக வரும்போது புரிந்துகொள்வது சிரமம்தான்.

A+B என்பதை, *AB* இன்று ஆக்கிய உடன், பல ரேஷியோக்களை வைத்து முன்பை விட நிறுவனம் இப்போது எப்படிச் செயல்படுகிறது, லாபம் ஈட்டுகிறது என்று புரிந்துகொள்வது அவர்களுக்கு கூட சிரமமாக இருக்கலாம்.

மூன்றாம் காலாண்டு நிதிநிலை அறிக்கை, *Q3* ரிசல்ட் வந்த பின் பங்கு விலை *10* சதவீதத்திற்கும் மேல் விழுந்திருக்கிறது. விழுந்தது, போதிய அளவு எழவில்லை. இந்த விலை குறைவு, சிறு முதலீட்டாளர்கள் மத்தியில் வாங்க ஆர்வம் வந்திருக்கிறது. அவர்கள் கைகள் பரபரக்கின்றன.

இந்த *Q3* நிதிநிலை அறிக்கைதான் இவ்வளவு இரக்கத்திற்குக் காரணமா என்றால் இல்லை என்றுதான் சொல்லவேண்டும்.

ஒட்டகத்தின் முதுகில் வைத்த மற்றொரு (கடைசி என்று சொல்ல விருப்பமில்லை) வைக்கோல் என்று ஆங்கிலத்தில் ஒரு பழமொழி சொல்வார்கள். பீலிபெய் சாக்காடு அச்சிறு அப்பண்டம் என்று வள்ளுவர், மயில்தொகை, வண்டி அச்சு பற்றிக் கூறுவார்.

அதுபோல, மிகப்பெரிய நிறுவனம் ஆகிவிட்ட இரண்டு நிறுவனங்களின் தலைவர், அவற்றை வளர்த்தெடுத்து பெரிதாக்கிய தலைவர் விலகிய பின், முன் போல வளர்ச்சியில்லை என்று கடந்த இரண்டு ஆண்டுகளாகவே இந்த பங்குகளின் விலையில் ஒரு சுணக்கம் இருக்கிறது.

2021 பிப்ரவரி அதாவது, இரண்டு ஆண்டுகளுக்கு முன்பு இதே பங்கின் விலை 1539. அதை வைத்துப் பார்த்தால் இப்போதைய விலை அதைவிடக் குறைவு!

சரியில்லை என்று சொல்பவர்களுடன் சுட்டிக்காட்டும் ஒரு எண் , நெட் இன்ட்ரெஸ்ட் மார்ஜின் NIM .எப்போதும் நான்கு சதவீதம் காட்டுகிற நிறுவனம் இப்போது மூன்று புள்ளி ஐந்து சதவீதத்திற்கும் குறைவாகக் காட்டுகிறது என்பதாகும்.

அந்த ஒன்றைத் தவிர மற்றபடி வேறு எதுவும் பிரச்னை தெரியவில்லை. ஆனால், பெரும் முதலீட்டாளர்கள் நினைப்பது இந்தப் பங்கு இனி முன்பு போல மிக வேகமான அதிகமான வளர்ச்சி காட்ட முடியாது என்பதாக இருக்கலாம்.

அதுபோன்ற நிறுவனப் பங்குகள் வேறு கிடைக்கிறபோது எதற்காக இன்னும் இதோடு பயணிப்பது என்பதாகக் கூட இருக்கலாம்.

நல்ல பாடகர்தான். ஆனால், சில சீசன்களாக அவருடைய கச்சேரிகள் முன்னளவு ஆகா போட வைக்கவில்லை என்பது உண்மை. ஆனால், அந்தப் பாடகர் திறமையான பாடகர்தான்.

மற்ற பலரும் சொல்வது போல, தான் ஒரு யானை அல்ல விழுந்தால் விழாமல் தடுமாறுவதற்கு. தான் ஒரு குதிரை . மீண்டும் எழுந்து ஓடுவேன் என்று காட்ட வேண்டும்.

அப்படிப்பட்ட குதிரைதான் என்று காட்டுவதற்கு அடுத்த காலாண்டு முடிவு என்பதைக் காத்திருக்க வேண்டி வரலாம்.

HDFC நிர்வாகம் இவற்றைக் கவனத்தில் கொள்ளாமலா விடும்?

இப்போது வேறு வெளிநாட்டு வங்கி ஆரம்பிப்பது போன்ற அறிவிப்புகள் எல்லாம் நிர்வாகம் கொடுக்கிறது. ஆனால், அறிவிப்புகள் போதாது. ரிசல்ட் வேண்டும் என்கிற சந்தை.

சிறிய அளவுகளில், பெரிய ஜாம்பவான் பங்கை, கொஞ்சம் வாங்கினால் என்ன என்றுதான் ஆசை மனது சொல்கிறது.

அது எந்த ஒரு பரஸ்பர நிதியும் அதனுடைய மொத்த முதலீட்டில் 10 சதவீதத்திற்கு மேல் ஒரு குறிப்பிட்ட நிறுவனத்தினுடைய பங்கில் முதலீடு செய்திருக்கக் கூடாது. என்கிற விதி ஏற்கனவே இருக்கிறது.

பெரும்பாலான இந்தியா பரஸ்பர நிதி ஃபண்டுகள் முன்பு எச்டிஎப்சி மற்றும் *hdfc bank* இரண்டு பங்குகளிலும் 10 பத்து சதவீதங்கள் வைத்திருக்கும்.

இவை இரண்டும் இணைந்த பிறகு ஒரு நிறுவனத்திற்கு 10% என்பது நடைமுறையில் இருப்பதால் அவை ஒரு குறிப்பிட்ட காலத்திற்குள் இரண்டும் சேர்த்த 20% என்பது 10% ஆக்கிக் கொள்ள வேண்டிய நிலை வந்திருக்கிறது.

பரஸ்பர நதிகளைப் போலவே அந்நிய முதலீட்டு நிறுவனங்களுக்கும் அவர்கள் நாட்டில் கட்டுப்பாடுகள் இருக்கலாம்.

இவற்றையும் கருத்தில்கொண்டு முடிவு எடுக்க வேண்டும்.

பொது

33. கூட்டிக் கழித்துப் பார்த்தால்...

பங்குச் சந்தைகள் ஹமாஸ்-இஸ்ரேல் போரின் விளைவுகளை பெருமளவு செரித்துவிட்டதாகவே தெரிகிறது. அதற்கு அடுத்து வந்த பெடரல் ரிசர்வ் வட்டிவிகிதம் குறித்து என்ன முடிவெடுக்குமோ என ஒரு பீதியைக் கிளப்பி, அதற்காக பாண்டுகளின் ஈல்டை ஐந்து சதவீதத்திற்கும் அதிகமாக எடுத்துப் போய், அமெரிக்க பங்குச் சந்தைகளில் கலக்கம் உண்டாக்கினார்கள். அது இந்தியா உள்பட மற்ற சந்தைகளுக்கும் பரவியது.

பிறகு பெடரல் ரிசர்வ், 'பணவீக்கத்தைக் கவனித்துக்கொண்டுதான் இருக்கிறோம். ஆனாலும் இப்போதைக்கு வட்டி விகிதங்களில் மாற்றம் இல்லை' என்று சொல்லிவிட, பங்குச் சந்தைகளில் மீண்டும் மேளச்சத்தம் கேட்கிறது.

அக்கறையில் என்ன நடந்தாலும் இங்கே எங்கள் நாட்டுக்கு பிரச்சனை இல்லை, இங்கு எல்லாம் சரியே என்பது போல, இந்தியாவில் வெளிவரும் செய்திகள், முதலீட்டாளர்களுக்கு தெம்பூட்டுவதாகவே இருக்கின்றன. சாதாரண இரட்டை இலக்கம் அல்ல, 20, 30, 40 சதவீதமென பலமான இரட்டை இலக்கங்களில் எகிறி இருக்கிறன பல நிறுவனங்களின் இரண்டாம் காலாண்டு லாபங்கள்.

மத்திய ரிசர்வ் வங்கி வட்டி விகிதங்களை உயர்த்தாத வரை இந்த லாபங்கள் தொடரும் போலத்தான் தெரிகிறது அதிகரித்தாலும் ஆச்சரியப்படுவதற்கு இல்லை.

போதாததற்கு அக்டோபர் மாத ஜிஎஸ்டி வசூல் 1.72 லட்சம் கோடி என்ற புதிய உச்சத்துக்குப் போயிருக்கிறது ஒப்பீட்டு அளவில் 13.4% வளர்ச்சி. அடுத்து தீபாவளி மாதம் என்பதால் இந்த வசூல் தொகை இன்னும் உயரலாம். நேரடி வரி வசூலில் அக்டோபர் 9 வரையிலான காலகட்டத்தில் முந்தைய ஆண்டோடு ஒப்பிடுகையில் 21% கூடுதல்.

ஒரு பக்கம் லாபமிட்டும் நிறுவனங்களால் கூடுதல் கார்ப்பரேட் வரி வசூல். மற்றொரு பக்கம் ஜிஎஸ்டி மூலம் பெருகும் மறைமுக வரி வசூல் இப்படியாகப் பல விதங்களில் அரசின் வருமானம் அதிகரிப்பது பலவிதங்களில் நாட்டின் பொருளாதார வளர்ச்சிக்கு உதவி.

கடந்த வாரம் BFSI மாநாடு ஒன்றில் பேசிய ரிசர்வ் வங்கி கவர்னர், அடுத்த காலாண்டில் வெளிவரும் இந்தியாவின் உள்நாட்டு உற்பத்தி மதிப்பு, ஜிடிபி வளர்ச்சி வியப்பூட்டும் வகையில் உயர்வாக இருக்கும் என்று சொல்லியிருக்கிறார்.

பங்குச் சந்தைக்கு மகிழ்ச்சி தரக்கூடிய மற்றொரு தகவல், பரஸ்பர நிதிகளின் வசம் இருக்கும் செல்வமான அசட்டெண்டர் மேனேஜ்மெண்ட் இன் மதிப்பு 50 லட்சம் கோடியை நெருங்குகிறது.

அனைத்து வங்கிகளும் சேர்ந்து மொத்தமாக வைத்திருக்கும் சுமார் 2 கோடி ரூபாய் செல்வத்தோடு ஒப்பிடுகையில், முதன்முறையாக இந்தியாவில் அந்தத் தொகையில் 25 சதவீத அளவிற்கு பரஸ்பர நிதிகளிடம் செல்வம் இருப்பதும் பங்குச் சந்தைக்கு வலுசேர்ப்பது.

எங்கெங்கோ மேற்கிலும் கிழக்கிலும் நடக்கிற பிரச்சினைகளுக்கு இந்தியாவில் விற்று வெளியேறுகிற அந்நிய நாட்டு முதலீட்டாளர்களால் ஏற்படும் திடீர் சரிவுகளைச் சமாளிப்பதற்கு பரஸ்பர நிதிகள் வசம் இருக்கும் செல்வம் உதவி. அது தொடர்ந்து சேர்ந்துகொண்டிருக்கிறது.

"இதோ என் பங்கிற்கு நானும் ஒரு நல்ல செய்தி சொல்கிறேன்" என்று இந்தியாவின் சர்வீசஸ் எக்ஸ்போர்ட், இம்போர்ட்டோடு ஒப்பிடுகிறபோது நிகரமாக இரண்டாவது கால ஆண்டில் மட்டும் 75 பில்லியன் டாலர் அதிகம். ஆக, இந்தியாவிற்கு Q2 ல் சர்வீசஸ் ட்ரேட் சர்ப்ளஸ்.

85 ஐ தாண்டிவிடுமோ 90க்கு போய்விடுமோ என்றெல்லாம் பயமுறுத்திக்கொண்டிருந்த அமெரிக்க டாலருக்கு எதிரான இந்திய ரூபாய் மதிப்பு 84 கீழேயே அடங்கி இருப்பதும் சில பல வகைகளில் பங்குச் சந்தைக்கு வலுவே, லாபமே.

எதிர்பார்த்த அளவு பருவமழை இல்லை; தென்மேற்குப் பருவமழை 18% இடங்களில் குறைவு. ரூரல் டிமாண்ட் குறைகிறது. அதனால் 'ஃபாஸ்ட் மூவிங் கன்ஸ்யூமர் கூட்ஸ்' விற்பனை ஸ்லோ ஆகிறது; இருக்கிறது வரப்போவதை முன்னறிவிக்கும் பர்ச்சேஸ் மேனேஜர்ஸ் இன்டெக்ஸ், 'பி.எம்.ஐ; செப்டெம்பர் மாதத்தில் 57.5 என்கிற உயர்ந்த அளவில் இருந்து, அக்டோபர் மாதம் 55 என்கிற புள்ளிக்கு இறங்கியிருக்கிறது; செப்டெம்பர் மாதத்து தொழிற்சாலை உற்பத்தி, எட்டு மாதங்களில் இல்லாத அளவாக குறைவு என்பது போன்ற சில எதிர்மறைத் தகவல்களும் இருக்கின்றன.

மொத்தத்தில், கூட்டிக் கழித்துப் பார்த்தால், ஒட்டுமொத்த சந்தைக்கு தற்போது சாதகங்களே கூடுதலாகத் தெரிகிறது. புதிதாக வேறு ஏதும் சிக்கல் வந்தால் தவிர, வண்டி ஓடும்.

34. ஐ பி ஓ

பங்குச் சந்தை ஒரு குடும்பம் என்றால் திருமணம் ஆகி அசலார் குடும்பத்துக்குள் வருவது போல நடப்பது தான் ஐபிஓக்கள் மூலம் புதிய பங்குகள் வெளியிடப்படுவதும் முதலீட்டாளர்கள் வாங்கி சேர்த்துக்கொள்வதும்.

அப்படி ஒன்றல்ல ஐந்து குடும்பங்களில் இருந்து புதிய நபர்கள் இந்திய பங்குச் சந்தை குடும்பத்திற்குள் வருகிறார்கள். அவர்களுக்குக் கிடைத்திருக்கும் வரவேற்பு அமோகமாக இருக்கிறது.

கடந்த வாரம் 5 இனிஷியல் பப்ளிக் ஆஃபர் ஐபிஓக்கள் வெற்றிகரமாக நடந்து முடிந்திருக்கின்றன. *Flair Writing Industries, Fedbank Financial Services, Gandhar Oil Refinery, Indian Renewable Energy Development Agency Ltd* மற்றும் *Tata Technologies*. ஐந்திற்குமே ஓவர் சப்ஸ்கிரிப்ஷன்.

மொத்தம் சுமார் 7400 கோடி ரூபாய்க்கு ஐ பி ஓ. ஆனால் விண்ணப்பங்கள் வந்திருப்பதோ கோடிகளுக்கு.

இதுபோல பெரிய ஐபிஓக்கள் வெளிவரும்போது, பல முதலீட்டாளர்கள் அவர்கள் கைவசம் இருக்கும் பங்குகளில் சிலவற்றை விற்று, பணம் உருவாக்கி, அதை வைத்துத்தான் ஐ ப் நரி ஓக்கள்ஸில் விண்ணப்பிப்பார்கள். அதனால் பெரிய ஐ பிம் ஓக்கள் வரும் நேரம் சந்தை சற்று இறங்கும் என்று சொல்வது உண்டு.

ஆனால் அதுபோல எல்லாம் இப்போது ஏதும் நடந்தது போல தெரியவில்லை. வேறு காரணங்களுக்காக சந்தை இறங்கி இருக்கலாமே தவிர ஐபிஓ காரணமாக இறங்கவில்லை. காரணம் சந்தை குறித்து குறிப்பாக இந்திய பங்குச் சந்தை குறித்து பெரிய முதலீட்டாளர்களின் மனோபாவம் அப்படி இருக்கிறது.

முதலீட்டாளர்களின் மனோபாவம் தவிர அவர்களுடைய பணக் கையிருப்பு அல்லது பங்குச் சந்தையில் அவர்கள் முதலீடு செய்ய ஒதுக்கும் பணத்தின் அளவையும் காட்டுவதாகப் புரிந்து கொள்ளலாம். ஏற்கனவே பங்குச் சந்தையில் போதிய அளவு முதலீடு செய்து இருந்தாலும் அல்லது சந்தை அதன் தற்போதைய நிலைமைக்கு மீறி உயர்ந்துவிட்டது என யோசித்து இருந்தாலும் கையில் இருப்பவற்றை விற்காமல் புதிய ஐ பி ஓக்களுக்கு பெரிய அளவில் முதலீடு செய்ய மாட்டார்கள்.

கடந்த வியாழன் மற்றும் வெள்ளிக்கிழமைகளில் முடிவுற்ற ஐந்து ஐபிஓக்களுக்கு விண்ணப்பங்கள் மூலம் வந்திருக்கிற பணத்தின் அளவு, 2.58 லட்சம் கோடி ரூபாய், இதில் டாட்டா டெக்னாலஜிஸ் ஐ பி ஓவுக்கு மட்டும் 1.56 லட்சம் கோடி ரூபாய் விண்ணப்ப பணம். இந்தியன் ரினிவபிள் எனர்ஜி டெவலப்மென்ட் ஐ பி ஓக்கு 58 ஆயிரம் கோடி ரூபாய். பிளவர் ரைட்டிங் இண்டஸ்ட்ரீஸ் மற்றும் காந்தி ஹேர் ஆயில் ரிபைனரி ஆகிய இரண்டுக்கும் தலா 20,000 கோடி ரூபாய் இதில் சுமார் என்றால் அது ஃபேட் பேங்க் பினான்சியல் ஐ பி ஓக்குத்தான் அதுவே இரண்டு மடங்கு ஓவர் சப்ஸ்கிரிப்ஷன்.

19 ஆண்டுகளுக்குப் பிறகு முதன்முறையாக டாட்டா குழுமத்தில் இருந்து ஒரு ஐபிஓ என்றதும் விவரம் தெரிந்த முதலீட்டாளர்களும் புதிய முதலீட்டாளர்களும் பாய்ந்து இருக்கிறார்கள் என்றுதான் சொல்ல வேண்டும் நிறுவனம் வெளியிடும் ipo வைப்போல 70 மடங்கிற்கு விண்ணப்பங்கள் வந்து குவிந்திருக்கின்றன,

அடுத்தபடியாக இந்தியன் ரினிவல் எனர்ஜி டெவலப்மெண்ட் ஏஜென்சிக்குக் கேட்டதைப் போல முப்பது மடங்கு விண்ணப்பங்கள்.

மற்றொரு முக்கியமாக கவனிக்க வேண்டிய தகவல் டாட்டா டெக்னாலஜிஸ் ஐபிஓ இருக்கு வந்திருக்கிற விண்ணப்பங்களின் எண்ணிக்கை மட்டும் 73 லட்சத்து 30 ஆயிரம் இது பரவலாக நன்கு அறியப்பட்ட அரசின் மிகப்பெரிய நிறுவனமான எல்ஐசி கார்ப்பரேஷன் பப்ளிகேஷன் வந்ததை விட அதிகம்.

இப்படிப்பட்ட பெரிய நல்ல ஐபிஓக்கள் வருவதால் என்ன ஒரு கூடுதல் நன்மை என்றால் பல புதிய முதலீட்டாளர்கள் முதன்முறையாக பங்குச் சந்தைக்குள் இப்படிப்பட்ட ஐபி லோக்கல்

மூலமாகத்தான் வருவார்கள் அதனால் டிமேட் கணக்குகளின் எண்ணிக்கையும் அதிகரிக்கும்.

விண்ணப்பிக்கும் நேரம் முடிந்தது. இது திரைப்படத்தின் முதல் பகுதி தான். திரைப்படத்தின் இரண்டாவது பகுதி என்பது அந்த ஐபிஓ பங்குகள் பட்டியலப்படும் நாள். இன்ஸ்டிட்யூட் இன்வெஸ்டர்ஸ் ஹச் சென்னை மற்றும் ரீடைல் ஆகிய மூன்று பகுதி முதலீட்டாளர்களும் மிகப் பெரிய ஆர்வம் காட்டுகிற காட்டி இருக்கிற ஐபிஓ என்பதால் அது பட்டியலிடப்படுகிறது நேரம் வழங்கப்படும் விலையை விட கணிசமாக உயர்ந்து இருக்கலாம் ஆஹா கடித்தது லாபம் எனப் பல சிறிய முதலீட்டாளர்கள் அன்றே லாபத்தைப் பதிவு செய்து வெளியேறலாம் .

ஐ பி ஓ வில் கிடைக்காவிட்டால் என்ன கூடுதல் விலையானாலும் பரவாயில்லை இந்த நல்ல பங்கை நான் விடப்போவதில்லை என்று பட்டியலிடப்படும் நேரம் சிலர் வாங்கலாம் அதிலும் குறிப்பாகப் பல பெரிய இன்ஸ்டிட்யூட் நேஷனல் இன்வெஸ்டர் மற்றும் பரஸ்பர நிதிகள் எச் சென்னை கல் போன்றவர்கள் கூட வாங்கலாம்.

அல்லது தொடக்கத்தில் மிகப்பெரிய அளவுகளில் சப்ஸ்கிரைப் என்று மிக உயர்ந்த வழியில் பட்டியலிடப்படலாம் அல்லது பட்டியலிடப்பட்டதும் உயரலாம். அப்படி நடக்கும் பட்சம் அந்த உயர்ந்த நிலைக்காமல் அதன் பிறகு விலையில் தளர்வு வந்தாலும் பரவாயில்லை. நல்ல பையன் ஆனாலும் அதற்குத் தகுந்த விலை என்று ஒன்று உண்டு அதீத ஆர்வம் காரணமாக மிகப்பெரிய வழிகள் நடந்தால் விவரம் அறிந்தவர்கள் பொறுத்திருந்து வாங்குவது உண்டு எல்லாம் பட்டியலிடப்படும் விலைகளைப் பொறுத்தது.

எது எப்படியோ அடுத்தடுத்த காட்சிகளுக்கும் சுவாரஸ்யம் கூட்டும் வண்ணம் இப்போது வந்திருப்பவை சில முக்கிய நல்ல ஐபிஓக்கள்.

35. பொதுத்துறை நிறுவனங்கள் - PSU

பங்குச் சந்தையில் பட்டியலிடப்பட்டிருக்கும் பங்குகளைப் பல விதங்களில் பிரிக்கிறார்கள். தேசியப் பங்குச் சந்தை எடுத்துக் கொண்டால் நிஃப்டி 50 என்பது டாப் 50 நிறுவனங்கள். அதிலேயே நிஃப்டி 100 நிஃப்டி 500 என்று தேர்ந்தெடுத்த பங்குகளைப் பட்டியல் போடுகிறார்கள். இவை அந்த நிறுவனங்களின் செயல்பாடுகளின் அடிப்படையில் பிரிக்கப்படுவது. தொடர்ந்து சிறப்பாக வியாபாரம் செய்து வரும் நிறுவனங்களின் பங்குகள்.

வங்கிப் பங்குகள், எரிசக்தித் துறை பங்குகள், உலோகத்துறைப் பங்குகள், எண்ணெய் நிறுவனப் பங்குகள், கட்டுமான துறை பங்குகள் என குறிப்பிட்ட துறைகளில் இயங்கும் பங்குகளுக்கு ஓர் பட்டியல் அல்லது அடையாளம்.

இதெல்லாம் தவிர அவை லாபம் செய்கின்றனவோ இல்லையோ வியாபாரம் கூடுதலோ குறைவோ அவை எந்த துறையில் இயங்கினாலும் சரி ஆனால் அவற்றின் பெரும்பாலான பங்குகளை வைத்திருந்து நிறுவனங்களின் நிர்வாகத்தை செய்வது யார் என்பதை வைத்தும் அடையாளப்படுத்துகிறார்கள்.

இந்த விதத்தில், மல்டி நேஷனல் கம்பெனிஸ் என்று சில பங்குகள். பப்ளிக் செக்டார் நிறுவனங்கள் என்று வேறு சில பங்குகள். குறிப்பிட்ட காலகட்டத்தில் வியாபார சூழ்நிலையில் அல்லது அரசின் கொள்கைகளைப் பொறுத்து குறிப்பிட்ட பட்டியலில் வரக்கூடிய பங்குகளின் விலைகள் விலை மாற்றம் காணும்.

அந்த விதமாக சமீபத்தில் மிக அதிகம் விலை உயர்ந்த பங்குகளாக இருப்பவை பப்ளிக் செக்டார் பொருட்கள். ஏற்கனவே இருக்கிற சாதகமான சூழ்நிலைகளுக்கு மேல் அடுத்து ரிசர்வ் வங்கி இப்போதைக்கு வட்டி விகிதத்தில் மாற்றம் இல்லை என்று

எரிகிற நெருப்பில் இன்னும் கொஞ்சம் நெய்யை ஊற்றியது போல் ஆகி இருக்கிறது.

சென்செக்ஸ் எழுபதாயிரம். நிஃப்டி 21,000 தொட்டுத் திரும்பி இருக்கிறது. கடந்த ஆறு மாதத்தில் நிஃப்டி உயர்ந்தது என்னவோ 12 சதவீதம். ஆனால் பொதுத்துறை நிறுவனம் பங்குகளினுடைய உயர்வு 50 சதவீதம் என்றால் ஆச்சரியமாக இருக்கிறது.

சாதாரண விழிகளில் இருந்த ஐடிஐ இப்போது 300 ரூபாய் பெல் 184 ரூபாய் அது எல்லாம் விட பெரும் ஆச்சரியம் கடந்த ஆறு மாதத்தில் 64 சதவீதம் விலை உயர்ந்து என்டிபிசி 286 ரூபாய். மொத்த சந்தையின் எழுச்சிக்கு பப்ளிக் செக்டார் துறைப் பங்குகள் உடைய பங்களிப்பு மிக அதிகம் போலத் தெரிகிறது.

பப்ளிக் செக்டார் பங்கு விலைகள் எவ்வளவு உயர்ந்திருக்கிறது என்றால், 2023 ஆம் ஆண்டின் இரண்டாவது அரையாண்டு முடிவில் பரஸ்பர நிதிகளின் அமைப்பான AMFI, எந்தெந்த நிறுவனங்கள் மிட் கேப் என்கிற நிலையிலிருந்து தாஜ் கேப் என்கிற நிலைக்கு புரமோட் செய்யப்படலாம் என்கிற பட்டியலில் வருகிற ஒன்பது பங்குகளில் ஐந்து பங்குகள் பொதுத்துறை நிறுவனப் பங்குகள் என்றால் பார்த்துக்கொள்ளுங்கள்.

IRFC, PFC, REC, IOB மற்றும் யூனியன் பாங்க் ஆப் இந்தியா ஆகிய நிறுவனப் பங்கு விலைகள் உயர்ந்து உயர்ந்து எப்பொழுது லார்ஜ் கேப் பங்குகளாக 2024 முதல் கருதப்படும் நிலை ஏற்பட்டிருக்கிறது.

இந்த கிராஜுவேஷன்' என்ற மதிப்பு மாற்றத்தால் ஏற்படும் குழுமாற்ற நிகழ்வில் இதுவரை 'ஸ்மால் கேப்' என்கிற வகையில் வந்த கே இ ஐ இண்டஸ்ட்ரீஸ் கிரெடிட் ஆக்சிஸ் கிராம் இன்சைடு அஜந்தா ஃபார்மா நாராயண சிறுதாலயா சுஸ்லான் மஜகான் டாக் மற்றும் SJUN ஆகிய பங்குகள் 'மிட்கேப்' க்கு நகர்கின்றன.

2024 முதல் பரஸ்பர நிதிகள் அவை எந்த வகை மார்க்கெட் கேப்பிடலைசேஷனில் முதலீடு செய்வதாக அறிவிக்கிறதோ அதை பொறுத்து இந்தப் பங்குகளை வைத்திருக்கிற அல்லது வாங்க நினைக்கிற பரிசோதனைகள் விற்கும் அல்லது வாங்கும். மற்றபடி இந்த பகுதிகளை வைத்திருக்கிற பங்குதாரர்களுக்கு இந்த நேரடி தாக்கமும் இல்லை.

பொதுத்துறை நிறுவனப் பங்குகள் இவ்வளவு விலை உயர்வதற்கு என்ன காரணம்? இந்த உயர்வு நீடிக்குமா? இந்த விலை உயர்வில் கையில் இருக்கிற பங்குகளை விற்று லாபம் பதிவு செய்து விடலாமா? அல்லது இன்னும் விலை ஏற வாய்ப்பு இருக்கிறதா? இன்னும் கூட வாங்கி சேர்க்கலாமா? என்பது போன்ற கேள்விகள் முதலீட்டாளர்கள் மனதில் வருவது இயல்புதான்.

பொதுத்துறை நிறுவனங்கள் இன்று பொதுவாகக் கூறினாலும் அவற்றுக்குள்ளும் ஆயில் கம்பெனிகள் வங்கிப் பங்குகள் இன்ஜினியரிங் நிறுவனங்கள் என்பது போன்ற பகுப்புகள் உண்டு.

தற்போது ஆட்சியில் இருக்கிற பிஜேபி அரசு இந்தியாவில் உற்பத்தி என்பதற்கு முக்கியத்துவம் கொடுத்துப் பொதுத்துறை நிறுவனங்களுக்கு பெரிய வாய்ப்புகளைக் கொடுத்து இருக்கிறது என்பது ஒரு காரணம். இரண்டாவதாக மத்திய அரசு, சாலைகள், ரயில்வே மற்றும் பாதுகாப்புத் துறை டிபன்ஸ் போன்ற துறைகளில் அதிக முதலீடு செய்கிறது. அந்த வியாபார வாய்ப்புகளில் பல பல்வேறு மிகப்பெரிய நவரத்தின இன்ஜினியரிங் பொதுத்துறை நிறுவனங்களுக்குக் கிடைக்கின்றன. 2024 இதே கட்சி மத்தியில் ஆட்சிக்கு வருகிற பட்சம் இதே கொள்கைகளைத் தொடர்கிற பட்சம் பொதுத்துறை வங்கிகளின் பங்குகள் இன்னும் கூட அதிகரிக்கலாம் என்பது முதலீட்டாளர்களுடைய எண்ணமாக இருக்கலாம்.

வருகிற செய்திகளைப் பொறுத்தவரை மேலே பார்த்த ரிசர்வ் வங்கி கவர்னர் உடைய ஜிடிபி குறித்த மாற்றி அமைக்கப்பட்ட சதவிகிதம் மற்றும் மாற்றாத ஆறரை சதவீதம் என்கிற வட்டி விகிதம் ஆகியவை ஒருபுறம் என்றால் தொடர்ந்து அமெரிக்காவில் பாண்டுகளுக்குக் கிடைக்கிற ஈல்ட் 4.2% வட்டி விகிதங்களை உயர்த்தாது என்கிற நம்பிக்கையைக் கொடுப்பது மறுபுறம்.

இவற்றையெல்லாம் வைத்து நொமூரா என்ற பெரிய முதலீட்டு நிறுவனம், இந்தியாவை 'லார்ஜ் & லிக்விட் மார்க்கெட்' என்று குறிப்பிட்டு அது விரும்பும் பெரிய இந்திய நிறுவனப் பங்குகளைத் தொடர்ந்து வாங்க விருப்பப்படுவதாகச் சொல்லியிருக்கிறது.

இவ்வாறாகத் தொடர்ந்து விலைகள் உயர்ந்து இருக்கிறது டெக்னிக்கல் அனலிஸ்ட்கள் வேறுவிதமாகக் கவனிப்பார்கள்,

விவரிப்பார்கள். அப்படிப்பட்ட டெக்னிக்கல் பார்வைகளில் ஒன்று இப்போது நடக்கிற பங்குகளினுடைய விலைகள் கடந்த இருநூறு நாட்களில் நடந்த சராசரி விலைகளைவிட அதிகமாகக் குறைவா என்கிற 200 டேஸ் மூவிங் ஆவரேஜ். 200 DMA.

நிஃப்டி 50 இருக்கிற 50 பங்குகளில் 49 பங்குகள் தற்போது அவற்றின் மீது 200 டிஎம்ஏவை விட அதிகமாக இருக்கின்றன. தேசியப் பங்குச் சந்தையில் நிஃப்டி 500 என்கிற பட்டியலில் இருக்கிற 90 சதவீத பங்குகளினுடைய விலைகளும் அதேபோல அவற்றின் 200 டேஸ் மூவிங் ஆவரேஜ்க்கு மேல் இருக்கின்றன.

டெக்னிக்கல் அனலிஸ்ட்களைப் பொறுத்தவரை இப்படி விலைகள் இருப்பது விலைகள் தொடர்ந்து உயரலாம் குறைந்தபட்சம் இறங்காமல் இருக்கலாம் என்பது.

ஆனால் இதுபோன்ற விஷயங்கள் பலருக்கும் தெரியும் என்கிற காரணத்தினாலும் இன்னமும் கூட 2024 பொதுத்தேர்தல் என்கிற ஒரு மிகப்பெரிய சுவரை இந்திய பங்குச் சந்தையைத் தாண்ட வேண்டி இருக்கிற காரணத்தினாலும் கையில் இருக்கும் கணிசமான லாபத்தைப் பதிவு செய்து பாதுகாப்பு செய்துகொண்டு விடலாமே என்று சிலர் நினைக்கலாம். அப்படியே ஏதும் நிகழ்ந்தால் சந்தை தற்காலிகமாகச் சற்று தளர்வடையக்கூடும்.

36. அன்னிய நேரடி முதலீட்டாளர்கள் - FIIs

ஆகஸ்ட் மாதம் 2023 வரை பெரும்பாலும் நிகரமாக இந்தியப் பங்குகளை வாங்கிக்கொண்டிருந்த அந்நிய வெளிநாட்டு முதலீட்டு நிறுவனங்களான FII கள், செப்டெம்பர் மாதம் 14,500 கோடிரூபாய்களுக்கும் அக்டோபர் மாதம் 25,700 கோடி ரூவுக்கும் இந்திய பங்குச் சந்தைகளில் விற்றார்கள். நவம்பர் இறுதியில் வாங்கியதில், அந்த மாதம் நிகரமாக 9000 கோடிக்கு வாங்குதல் செய்திருக்கிறார்கள்.

நடந்துகொண்டிருக்கும் டிசம்பர் மாதம் இந்த ஆண்டில் எந்த மாதத்திலும் இல்லாத தொகையான 57,000 கோடி ரூபாய்களுக்கு இந்தியப் பங்குகள் வாங்கியிருக்கிறார்கள். இதில் அவர்கள் ஐபிஓக்களில் முதலீடு செய்த தொகைகளும் அடக்கம்.

2023 ஜனவரி முதல் டிசம்பர் 22ம் தேதி வரையிலான ஒரு ஆண்டு காலத்தில் நிகரமாக ஒரு லட்சத்து 67 ஆயிரம் கோடி ரூபாய்க்கு இந்தியப் பங்குகளை வாங்கி இருக்கிறார்கள்.

ஜனவரி முதல் டிசம்பர் வரையிலான 2022 ஆம் ஆண்டின் 12 மாதங்களில் அவர்கள் இந்தியப் பங்குச் சந்தைகளில் நிகரமாக வாங்கியிருக்கவில்லை. விற்றிருந்தார்கள். அந்த ஒரு ஆண்டில் அவர்கள் நிகரமாக விற்ற தொகை, ஒரு லட்சத்து 21 ஆயிரம் ரூபாய். அதற்கு முந்தைய 2021 ஜனவரி முதல் டிசம்பர் வரை வெறும் 25 ஆயிரம் கோடி மட்டுமே.

அப்படி கடந்த இரண்டு காலண்டர் ஆண்டுகளோடு ஒப்பிடுகிற போது 2023 ஆம் ஆண்டு என்பது அந்நிய நாட்டு முதலீட்டாளர்கள் இந்தியாவில் பெரிய அளவுகளில் முதலீடு செய்திருக்கிற ஒரு ஆண்டாக இருக்கிறது.

நவம்பர் இரண்டாவது மூன்றாவது மாதம் வரை அவர்களுடைய கணிப்பில் அமெரிக்காவில் பணவீக்கமும் அதைத் தொடர்ந்து வட்டி விகிதங்கள் மேலும் உயரும் ஆபத்துகளும் அமெரிக்க பொருளாதாரமே இறக்கத்தில் செல்லும் சாத்தியங்களும் இருந்தன.

ஆனால் வெளிவந்த புள்ளி விவரங்கள் அவற்றுக்கு மாறாக இருந்த காரணத்தினால் அமெரிக்க ஃபெடரல் ரிசர்வ் வட்டி விகிதங்களை இனி உயர்த்த மாட்டோம் என்று ஆரம்பத்திலும் 2024ஆம் ஆண்டு குறைப்போம் என்று அடுத்தும் கூறிய காரணங்களினால் பங்குச் சந்தை முதலீடு மீண்டும் ஏற்றதாகத் தெரிய ஆரம்பித்துவிட்டது.

அதன் காரணமாக டிசம்பர் மாதம் FII கள்முழு வீச்சில் இறங்கி இருக்கிறார்கள் வாங்கிக் குவித்திருக்கிறார்கள்.

மற்ற பல்வேறு நாடுகளுடைய சந்தைகளைப் போலவே இந்தியப் பங்குச் சந்தைகளிலும் முதலீடு செய்து பாருங்கள் செய்து இருப்பவர்களை பெரும் பிரிவுகளாக பிரித்தால்

A. நிறுவனத்தை தொடங்கி அல்லது வாங்கி நடத்திக் கொண்டிருக்கிற நிறுவனத்தினுடைய பெரும் பங்குகளை வைத்திருக்கிற ப்ரமோட்டர்கள்

- வெளிநாடுகளைச் சேர்ந்த முதலீட்டு நிறுவனங்கள்- FII கள்
- இந்தியாவைச் சேர்ந்த பரஸ்பர நதிகள் உள்ளிட்ட உள்நாட்டு முதலீட்டு நிறுவனங்கள்- DIIகள்
- மேலே குறிப்பிடப்பட்டிருக்கும் எந்தப் பிரிவிலும் வராத இந்திய முதலீட்டாளர்கள்.இதில் பெரிய அளவுகளில் முதலீடு செய்கிற HNIகள்
- மற்றும் சிறிய அளவுகளில் முதலீடு செய்கிற Retail Investors

பங்குச் சந்தையின் போக்கில் பெரும் மாற்றங்களை ஏற்படுத்தக் கூடியவர்கள் என்று பார்த்தால் கடந்த பல தசமங்களாக B பிரிவை சேர்ந்த FII கள்தான் இருந்தார்கள். ஆனால் கடந்த குறைந்தபட்சம் ஐந்து ஆண்டுகளாக அந்த நிலைமையில் பெரும் மாற்றம் வந்திருக்கிறது. இந்திய பரஸ்பரதி பரஸ்பர நிதிகள் பெரிய அளவுகளில் வளர்ந்துவிட்டன.

அவர்கள் வசம் பங்குச் சந்தைகளில் முதலீடு செய்யத்தக்க

பணம் என்று இருக்கும் தொகைகள் பல லட்சம் கோடிகள் ஆகிவிட்டன. நவம்பர் 2023 நிலவரப்படி 49 லட்சம் கோடி ரூபாய்கள். தவிர ஒவ்வொரு மாதமும் அவர்களுக்கு புதிதாக வருகிற பங்குகளில் முதலீடு செய்ய வேண்டிய பணம் பல்லாயிரம் கோடி ரூபாய்களாகிவிட்டன. நவமப்ர் 23ல் வந்த தொகை மட்டும் 17,000 கோடி.

அதனால் அந்நிய முதலீட்டு நிறுவனங்கள் விற்க முடிவுசெய்து, வெளியேறினாலும் கூட தாங்கிப் பிடிக்க, பங்குவிலைகள் அதிகம் விழாமல் தடுக்க இந்திய நிறுவனங்களால் முடிகிறது.

அதன் காரணமாகத்தான் செப்டெம்பர் அக்டோபர் மாதங்களில் பெரிய அளவுகளில் வாங்காதது மட்டுமல்ல நிகரமாக அந்நிய முதலீட்டாளர்கள் விற்றும் கூட சந்தைகளும் பங்கு விலைகளும் பெரிய அளவுகளில் விழவில்லை.

ஆக இந்திய பங்குச் சந்தைகளின் 'டிபன்ஸ் ' பரஸ்பர நிதிகள் நிதிகளின் பண அளவு காரணமாக வலுவாக இருக்கிறது. இப்போது ஃபார்வர்ட் ஏறி, ஆடக்கூடிய FII களும் வாங்க ஆரம்பித்தால், ஆட்டம் மேலும் சூடுபிடிக்கும்.

வாங்குவதற்குப் பணம் இருக்கும் புதிய பணம் வரும் ஆனால் விலை குறைவில் நல்ல பங்குகள் கிடைக்காது. எனவே பணம் வைத்திருப்பவர்கள் அடுத்தடுத்த நல்ல பங்குகளை தேடி வாங்குவார்கள். இது அவர்களுக்கு சரிவரலாம். ஆனால் சிறு முதலீட்டாளர்கள் அந்தப் பாதியை தேர்ந்தெடுக்காமல் இருப்பதுதான் சரி.

நீண்டகால முதலீட்டுக்கு வேல்யூவேஷன் ரொம்ப மிக முக்கியம். சந்தை உயரும் அளவிற்கு நிறுவனங்கள் உடைய லாபங்கள் உயர்ந்தால் மட்டுமே வேல்யூவேஷன் சரியாக அமையும்.

37. போர்

2023 இந்திய பங்குச் சந்தை வரலாற்றில் சிறப்பான ஆண்டுகளில் ஒன்று. இந்த 12 மாதங்களில் மட்டும் தேசிய பங்குச் சந்தை நிஃப்டி, 18 சதவீதம் மும்பை பங்குச் சந்தை சென்செக்ஸ் 20% உயர்ந்திருக்கிறது.

இவை இரண்டும் ஒப்பிட்டுளவில் குறைவான ரிஸ்க் இருக்கிற பங்குகள் கொடுத்திருக்கிற விலை உயர்வு. கூடுதல் ரிஸ்க் உள்ள பங்குகள் பட்டியலிடப்பட்டிருக்கும் நிஃப்டி மிட் கேப் 46% விலை உயர்வு மற்றும் அதைவிட கூடுதல் ரிஸ்க்கும் லாப வாய்ப்பு இருக்கிற நிஃப்டி ஸ்மால் கேப் குறியீட்டு எண் 55 சதவீதம் உயர்வு.

குறிப்பிட்ட துறை என்று பார்த்தால் ரியாலிட்டி துறையினுடைய பங்கு விலைகள் அதன் குறியீட்டு எண் கடந்த 12 மாதங்களில் 80 சதவீதம் உயர்ந்திருக்கிறது

இத்தனைக்கும் பங்குச் சந்தைக்கு சுத்தமாக தமிழ் ஆங்கிலம் தெலுங்கு கன்னடம் என்று எந்த மொழியிலும் பிடிக்காத ஒரு வார்த்தை, 'போர்'.

ஒன்றல்ல. இரண்டு பெரும் போர்கள் நடந்தது மட்டுமல்ல, முடிவுக்கு வராமல் தொடர்கிற நிலையிலும், பிடிக்காத பண்டட்தை இலையின் ஒரு பக்கம் ஒதுக்கிவைத்துவிட்டு, பிடித்ததை ஒரு பிடி பிடிப்பது போல, இந்தியா மட்டுமல்ல அமெரிக்கா உள்ளிட்ட பல பங்கு சந்தைகளும் 2023ம் ஆண்டை பிரமாதமான உயர்வில் முடித்திருக்கின்றன.

கொரோனா காலகட்டத்திற்குப் பிறகான எழுச்சி என்ற அடித்தளத்தின் மேல், பீப்பாய் 123 டாலர் அளவிலிருந்து, 80 டாலராக விலை குறைந்த கச்சா எண்ணெய் கட்டியம் கூற, மடமடவென படியேறி ஓடுவதுபோலத் தொடர்ந்து அதிகரித்த

பெடரல் ரிசர்வ் வட்டி விகிதங்கள், உயர்வதை நிறுத்திக் கொண்டது மட்டுமின்றி, "போதும். இனி இறங்கலாம் என்று நினைக்கிறேன்" என திரும்பி நின்றதும் கை கொடுக்க, பங்குச் சந்தை கொடி பறக்க ஆரம்பித்து தொடர்கிறது.

அதிக ஏற்றம் இல்லாத கமாடிட்டி விலைகள், அதன் காரணமாகவும் அதிகரிக்கும் லாபத்தோடு காலரைத் தூக்கிவிட்டுக்கொண்டு நடக்கும் கார்ப்பரேட் ரிசல்ட்கள் என சாதகமான காற்று வீச, பங்குச் சந்தை கொடி ஜிலு ஜிலு எனப் பறந்துகொண்டிருக்கிறது.

இப்போது வண்டி வேகமாக போவது மட்டுமல்ல. உயரத்தில் ஏறிக் கொண்டிருக்கிறது. அதனால் முன்னெப்போதையும் விட எச்சரிக்கையாக இருக்க வேண்டிய நேரம் இது. 'ஸ்டாப் லாஸ்' என்ற சீட் பெல்ட் அவசியம். குறிப்பாக டிரேடர்களுக்கு.

ஒரு பங்கிற்கு என்ன விலை கொடுக்கலாம் என்கிற கணக்கீட்டில் முக்கியமானதொரு கணக்கீடு, 'பிரைஸ் எர்னிங் மல்டிபிள்' பி. இ.

மும்பை மற்றும் தேசிய பங்குச் சந்தை ஆகியவற்றில் பட்டியலிடப் பட்டு இருக்கின்ற சுமார் 1200 பங்குகளின் சராசரி பி இ, 40.

சில, மிக அதிக வியாபார வாய்ப்பு இருக்கிற 'சன்ரைஸ்' துறை சார் பங்குகளுக்கு 40 பிஇ என்பது அதிகம் அல்ல என்பது சரிதான். ஆனால், 1200 நிறுவனப் பங்குகளின் சராசரி பி இ அளவு 40 என்றால்!

சராசரி 40 என்றால், அந்தக் குழுவில் இருக்கும் பல பங்குகளின் பி இ 40 ஐ விட அதிகம் இருக்கவேண்டும். ஆக, பட்டியலிடப்பட்டிருக்கும் மொத்த எண்ணிகையிலான பங்குகளில் கிட்டத்தட்ட பாதி அளவு எண்ணிக்கையிலான 1200 பங்குகளின் சராசரி பி இ 40 என்பது நிச்சயம் அதிகம். காரணம்,

'ஹிஸ்டாரிக்கல் பி இ' என்ற இதற்கு முந்தைய காலகட்டங்களின் சராசரி பி இ 23 முதல் 24 வரைதான் இருந்திருக்கிறது.

எனவே இப்போது விற்கும் பங்கு விலைகள் 'ஸ்டிரெச்சுடு'தான்.

இனி புதிய வாங்குதல்களுக்கு கொஞ்சம் பொறுமை, கொஞ்சம் தேர்ந்தெடுத்தல், கொஞ்சம் கவனித்தல் தேவை.

இது போன்ற, 'இனி எல்லாம் ஜெயமே' என பாட்டு பாடிக்கொண்டு எல்லோரும் தொடர்ந்து வாங்கிக்கொண்டிருக்கிற காலத்தில்தான்,

திடீரென அதுவரை எவரும் யோசித்திராத புதிய பிரச்சினை எதையாவது சொல்லி சந்தையை இறக்குவார்கள்.

முன்பு ஒரு முறை இப்படி அவர்கள் சொல்லிய காரணம், அதிக அளவிலான நிறுவன பிரமோட்டர்கள், அவர்களுடைய பங்குகளை அடகு வைத்து இருக்கிறார்கள் என்பது.

கமாடிட்டி விலைகள், வட்டி விகிதங்கள், டாலர் இன்டெக்ஸ், கார்ப்பரேட் எர்னிங்ஸ் என்று பலவும் சரியாகத்தான் இருக்கின்றன. இப்போதைக்கு புரமோட்டர் ஹோல்டிங் 'பிளட்ஜ்' செய்யப்பட்டவை கூட பெரிய அளவுகளில் இல்லை. ஆனாலும் பல்வேறு கனெக்க்ஷன்கள் இருக்கிற பங்குச் சந்தைக்கு சிக்கல் அல்லது சிக்கல் எனச் சொல்லி இவர்கள் விலை இறக்கும் காரணம் எங்கிருந்து வேண்டுமானாலும் வரலாம்.

தேவை கவனம்.

38. ஷார்ட் செல்லிங் மீது செபி கொண்டுவரும் கட்டுப்பாடுகள்

ஒரு புதிய முக்கியச் செய்தி, பங்குச் சந்தை குறித்து வெளிவந்திருப்பது பலருக்கும் தெரியாது. அந்தச் செய்தி, இந்தியா கண்காணிப்பு ஆணையம், செபி வெளியிட்டிருக்கிற ஒரு வழிகாட்டுதல்.

அந்த வழிகாட்டுதல், அந்நிய நாட்டு நிறுவன முதலீட்டாளர்கள் இந்திய பங்குச் சந்தைகளில் 'நேக்கட் ஷார்ட் செல்லிங்' செய்யக்கூடாது என்பதாகும்.

பங்குச் சந்தையில் உறங்கிக்கொண்டிருக்கும் பல புதிய மற்றும் சிறு முதலீட்டாளர்களுக்கு 'ஷார்ட் செல்லிங்' என்றாலே என்னவென்று தெரியாமல் இருக்கலாம். அதற்கு மேல் 'நேக்கெட் ஷார்ட் செல்லிங்' என்பது இன்னும் புதிரானது புதிய சொல்லாடல்.

ஏற்கனவே தெரிந்தவர்கள் தெரியாதவர்களுக்கா இந்த ஒரு பாராவை பொறுத்துக் கொள்ளத்தான் வேண்டும். ஒரு பங்கின் விலை ஏறும் என்று நினைக்கிறோம் வாங்குகிறோம். அதை ஆங்கிலத்தில் பையிங் என்று சொல்லிவிட்டு நிறுத்திக் கொள்ளாமல், பங்குச் சந்தை மொழியில் 'கோயிங் லாங்' என்பார்கள். அதேபோல ஒருவர் பங்கை விற்றால் ஆங்கிலத்தில் செல்லிங். பங்குச் சந்தை மொழியிலும் அதேதான். ஆனால்...

வாங்குவதற்கு கையில் பணம் இருந்தால் போதும் வாங்கிவிடலாம். விற்பதற்கு?

இது என்ன கேள்வி பங்கு இருந்தால் விட்டுவிடலாம் என்று தானே யோசிக்கிறீர்கள்? அவ்வளவு சுலபமாக இருந்தால் இவ்வளவு நீட்டி முழக்குவேனா?

பங்குச் சந்தையில் ஒருவர் இருக்கும்போது அவரிடம் அந்தப் பங்கு இருக்கவேண்டும் என்பது தற்போதைய நியதி. ஆனால் முன்பும்

கூட ஒரு பங்கின் விலை இறங்ககூடும் என்ற எதிர்பார்ப்பில், அல்லது ஒரு குறிப்பிட்ட பங்கின் விலையை இறக்கி ஆகவேண்டும் என்கிற திட்டத்தில், சிலர் தனியாகவோ கூட்டாகவோ அந்த குறிப்பிட்ட பங்கை தொடர்ந்து சந்தையில் விற்று ஒப்பந்தம் போடுவார்கள். அவர்கள் கையில் இருக்கும் பங்குகளுக்கு மட்டுமல்ல அதைவிட மிக அதிகமான எண்ணிக்கையிலான பங்குகளை விற்றுவைப்பார்கள்.

அவர்கள் எதிர்பார்த்தது போல அந்தப் பங்கின் விலை பலரும் இருக்கப் போய் இறங்கிவிடும். இறங்கி வெளியில் அவர் ஏற்கனவே விற்ற எண்ணிக்கையிலான பங்குகளை வாங்கி விடுவார்கள். உதாரணத்திற்கு ஆயிரம் பங்குகளை முதலில் ரூபாய் 100 என்று விற்றார்கள். பிறகு ஆயிரம் பங்குகளை ரூபாய் 90 வீதம் வாங்கி விட்டார்கள். பங்கு ஒன்றுக்கு ரூபாய் பத்து விதம் ஆயிரம் பங்குகளுக்கு பத்தாயிரம் ரூபாய் லாபம் பார்த்துவிட்டார்கள்.

இப்படி செய்வதற்கு பெயர் கோயிங் ஷார்ட். வாங்குவது கோயிங் எல்லாம் விற்பது கோயிங் ஷார்ட். குறிப்பாகப் கையில் இல்லாமல் இருப்பது மட்டும் கோயிங் ஷார்ட்.

இப்படி செய்வது இதுவரை இந்தியாவில் தடை செய்யப்பட்டு இருந்தது. ஆனாலும் சிலர் கையில் இல்லாத பங்குகளை விற்றுவிடுவார்கள். வேறு பங்கு வைத்திருக்கிற சிலரிடம் இருந்து ஒரு கட்டணம் கொடுத்து அதே நிறுவனப் பங்குகளை கடனாக வாங்கி, அவர்கள் விற்றவருக்கு உடனடியாக செட்டில்மெண்ட் நேரத்துக்குள் கொடுத்துவிடுவார்கள். விலை இறங்கியபின் அவர்கள் காசு கொடுத்து பங்கு வாங்கி, கடனாக பெற்றவரிடம் பங்குகளைத் திருப்பிக்கொடுத்துவிடுவார்கள்.

இப்படி கடனாகக் கொடுப்பதற்கு அதிக ஆட்கள் இல்லை. அதற்கான வழிமுறைகள் அவ்வளவு சுலபமாக இல்லை என்பது போன்ற காரணங்களினால் இதுபோன்ற 'ஷார்ட் செல்லிங்' என்பது அதிகம் நடக்கவில்லை. அப்படி எவரேனும் கையில் இல்லாத பங்குகளை விற்க வேண்டும் என்றால் அதை கேஷ் மார்க்கெட்டில் விற்காமல், அதற்கென்று இருக்கிற பியூச்சர்ஸ் மார்க்கெட்டில் நடப்பு விலையில் விற்பார்கள். விலை ஏறியதோ இறங்கியதோ அந்த குறிப்பிட்ட ஒப்பந்த காலத்திற்குள் விற்றதை வாங்கி நேர் செய்து கொண்டு விடுவார்கள். இது நடைமுறையில் இருக்கிறது.

இப்போது செபி செய்திருக்கிற அறிவிப்பு என்பது, கட்டுரையின் தொடக்கத்தில் பார்த்தது போல, இனி அந்நிய நாட்டு நிறுவன முதலீட்டாளர்கள் இந்திய பங்குச் சந்தைகளில் 'நேக்கட் ஷார்ட் செல்லிங்' செய்யக்கூடாது என்பதாகும்.

இப்போது இயல்பாக ஒரு கேள்வி மனதில் வரக்கூடும். அப்படியென்றால், இதுவரை அந்நிய நாட்டு நிறுவனம் முதலீட்டாளர்கள் கையில் பங்குகள் இல்லாமலே விற்று விட அனுமதிக்கப்பட்டிருந்தார்களா என்பது. கேஷ் மார்க்கெட்டில் அனுமதிக்கப்பட்டிருந்தார்களா என்பது.

பெரிய எண்ணிக்கைகளில் அந்நிய நாட்டு முதலீட்டாளர்கள் பல்வேறு பங்குகளை வைத்திருக்கிற காரணத்தினால், அவர்கள் ஒரு குறிப்பிட்ட நாளில் ஒரு குறிப்பிட்ட நிறுவனத்தின் பங்குகளை முதலில் விற்றுவிட்டு, பின்னர் அதே தினத்தில் வர்த்தக நேரத்திற்குள் விற்ற எண்ணிக்கையிலான பங்குகளை வாங்கினால், அவர்கள் ஷார்ட் செல்லிங் செய்தது போன்றதுதான்.

இப்போது செவி வெளியிட்டிருக்கிற புதிய வழிகாட்டுதலின்படி அந்நிய நாட்டு நிறுவன முதலீட்டாளர்கள் ஒவ்வொரு நாள் முடிவிலும் அவர்கள் எந்தெந்த நிறுவனப் பங்குகளை எந்த அளவுகளில் ஷார்ட் செல் செய்திருக்கிறார்கள் என்ற விவரங்களை அவர்களுடைய தரகருக்குத் தெரிவித்து தரகர்கள் அவருடைய வலைதளம் மூலம் மக்களுக்கு தெரிவிக்க வேண்டும்.

இதைப் புரிந்துகொள்வது மிகச் சிரமமாக இருக்கிறது என்று தோன்றலாம். என்னதான் சொல்கிறது செபி என்ற கேள்வி வரலாம். இன்னும் கூடுதல் விவரங்கள் வந்தால் மட்டுமே இதை புரிந்து கொள்ள முடியும் என்று நான் நினைக்கிறேன். ஆனால் திடீரென செபி இப்படி செய்வதற்கான காரணம் என்ன என்று கேட்டால் அதற்கான பதிலைச் சொல்ல முடியும்.

இந்திய உச்சநீதிமன்றம் அந்நிய நாட்டு நிறுவன முதலீட்டாளர்கள் செபிக்கு ஷார்ட் செல்லிங் செய்வது பற்றி வழிமுறை வெளியிட வேண்டும் என்று செபியை அறிவுறுத்தி இருக்கிறது. அதனால்தான் இந்த அறிவிப்பு.

அது சரி, திடீரென ஏன் உச்ச நீதிமன்றம் பங்குச் சந்தையில் ஷார்ட் செல்லிங் செய்வது குறித்து அறிவுறுத்தல் கொடுக்கிறது என்று கேட்கலாம்.

அதானி குழும நிறுவனங்களுடைய விலைகள் திடீரென 100 பில்லியன் அமெரிக்க டாலர்கள் அளவு சந்தை மதிப்பு குறைந்தது நினைவு இருக்கிறதா? அதை விசாரித்த பொழுது இந்திய அரசுக்கு பல அதிர்ச்சிகரமான தகவல்கள் கிடைத்து இருக்கின்றன. சுமார் 12 அந்நிய நாட்டு நிறுவன முதலீட்டு அமைப்புகள் பல்வேறு முறையற்ற வழிகளில் வெளிநாடுகளில் இந்திய நிறுவனமான அதானி குழும பங்குகளை ஷார்ட் செல்லிங் செய்து விலை இறக்கி இருக்கிறார்கள்.

வெளிநாடுகளில் அதானே குழுமத்தின் பங்குகள் பட்டியலப்பட வில்லையே பிறகு எப்படி அவர்களால் வெளிநாட்டு சந்தைகளில் அதை நடைமுறைப்படுத்த முடிந்தது என்று மேலும் விசாரித்த போது பாண்டுகள் மற்றும் 'ஸ்ட்ரக்சர்டு ப்ராடக்ட் டெரிவேட்டிவ்ஸ்' *SPDs* மூலம் அதை செய்து பெரும் லாபம் பார்த்ததாகத் தெரிய வந்திருக்கிறது.

இதுபோல் மீண்டும் ஒரு இந்திய நிறுவனத்திற்கு நடக்காமல் இருப்பதற்காக அதனால் இந்திய பங்குச் சந்தைகள் கடும் தடுமாற்றத்திற்கு உள்ளாகாமல் இருப்பதற்காக, செபி இது போன்ற ஷார்ட் செல்லிங்குகளுக்கு கட்டுப்பாடுகள் விதித்து வழிமுறைகள் வழங்கவேண்டும் என்று உச்ச நீதிமன்றம் கருதி இருக்கிறது.

மேல் விவரங்கள் இன்னும் வரவேண்டும் என்பது சரியானால் வந்திருக்கிறது விவரங்களை வைத்து ஏதேனும் ஒரு முடிவுக்கு வர வேண்டுமானால் என்ன சொல்லலாம்?

இனி ஒரு குறிப்பிட்ட நிறுவனத்தின் உடைய பங்குகளை ஒரு சிலர் அல்லது ஒரு சில நிறுவனங்கள் அமைப்புகள் கூட்டு சேர்ந்துகொண்டு அதிரடியாக விலைகளை இறக்குவது சிரமம் என்று வேண்டுமானால் சொல்லலாம்.

டாக்டர் சோம வள்ளியப்பன்

தமிழகத்தின் அனைத்து முன்னணிப் பத்திரிகைகளிலும் இதழ்களிலும் கட்டுரைகள், தொடர்கள் எழுதுபவர். தொலைக்காட்சிகளில் பங்குச்சந்தை மற்றும் பொருளாதாரம் தொடர்பான நிகழ்ச்சிகளில் கருத்துகள் சொல்பவர். தமிழகம் முழுவதுமிருந்தும் பல்வேறு கல்லூரிகள், அமைப்புகள் மற்றும் நிறுவனங்களால் பேச, பயிற்சி கொடுக்க அழைக்கப்படுபவர். நிர்வாகம், உறவுகள், சுய முன்னேற்றம், பணம், பங்குச் சந்தை, ஆளுமைகள் பற்றி இதுவரை 81 புத்தகங்கள் எழுதியிருக்கிறார். இளங்கலை பொருளாதாரம், MBA மனித வளம் மற்றும் மார்க்கெட்டிங் படித்திருக்கும் சோம வள்ளியப்பன், பெல், பெப்ஸி, வேர்ல்பூல், டாக்டர் ரெட்டீஸ் பவுண்டேஷன், நவியா உள்பட பல்வேறு நிறுவனங்களில் 30 ஆண்டுகள் மனிதவளத்துறையில் பணியாற்றிவிட்டு, தற்போது மேன்மை மேனேஜ்மென்ட் கன்சல்டன்சியின் மேலாண் இயக்குனராகச் சென்னையில் பணிபுரிகிறார். எமோஷனல் இண்டெலிஜென்ஸ் குறித்த ஆய்விற்காக சென்னை பல்கலைக்கழகத்தில் Ph.D. பட்டம் பெற்றவர்.

ஆசிரியரின் பிற நூல்கள்

சுயமுன்னேற்றம்

1. இட்லியாக இருங்கள் எமோஷனல் இன்டெலிஜென்ஸ்
2. எமோஷனல் இன்டெலிஜென்ஸ் 2.0
3. ரசவாதம்: எதிலும் பெரும் வெற்றி (NLP பற்றி)
4. தடையேதுமில்லை (சுயமுன்னேற்றக் கட்டுரைகள்)
5. உஷார் உள்ளே பார் (மனமும் சக்தியும்)
6. ஆல் தி பெஸ்ட்! (நீங்கள் விரும்பும் வேலையை வென்றெடுப்பது எப்படி?)
7. தள்ளு (மோட்டிவேஷன்)
8. சின்னத் தூண்டில் பெரிய மீன்
9. சிறுதுளி பெரும் பணம்
10. டீன் தரிகிட (பதின் பருவம்)
11. சொல்லாததையும் செய்!
12. மனதோடு ஒரு சிட்டிங் (கவிதை உறவு முதல் பரிசு)

13. முன்னேற்றம் இந்தப் பக்கம்
14. எல்லோரும் வல்லவரே
15. காதலில் இருந்து திருமணம் வரை
16. சிக்கனம் சேமிப்பு முதலீடு
17. நல்லதாக நாலு வார்த்தை
18. திட்டமிடுவோம் வெற்றிபெறுவோம்
19. அதிகாரம் அல்ல, அன்பு
20. உடல் மனம் புத்தி
21. யார் நீ?
22. உயர... உயர...
23. You vs You: Everything you need to know about Emotional Intelligence
24. உச்சம் தொடு
25. மேன்மை கொள்
26. சொல்லி அடி

பங்குச் சந்தை

1. அள்ள அள்ளப் பணம் - 1 - பங்குச் சந்தை: அடிப்படைகள்
2. அள்ள அள்ளப் பணம் - 2 - பங்குச் சந்தை: அனாலிசிஸ்
3. அள்ள அள்ளப் பணம் - 3 - பங்குச் சந்தை: ஃபியூச்சர்ஸ் அண்ட் ஆப்ஷன்ஸ்
4. அள்ள அள்ளப் பணம் - 4 - பங்குச் சந்தை: போர்ட்ஃபோலியோ முதலீடுகள்
5. அள்ள அள்ளப் பணம் - 5 - பங்குச் சந்தை: டிரேடிங்
6. அள்ள அள்ளப் பணம் - 6 - மியூச்சுவல் ஃபண்ட் (தமிழக அரசு முதல் பரிசு)
7. அள்ள அள்ளப் பணம் - 7 - தங்கம்
8. அள்ள அள்ளப் பணம் - 8 - இன்சூரன்ஸ்
9. அள்ள அள்ளப் பணம் - 9 - கடன்
10. ஆட்டமா? சூதாட்டமா?
11. பங்குகளில் பணம்
12. பங்குச் சந்தை என்றால் என்ன?
13. Bulls and Bears - All about Shares
14. ஷேர் பசார் சீக்ரெட்ஸ் (ஹிந்தி)

வியாபாரம்

1. நம்பர் 1 சேல்ஸ்மேன் (சிறந்த விற்பனையாளர் ஆவது எப்படி?)
2. பணமே ஓடி வா
3. வியாபாரத்தில் வெற்றி - தொட்டதெல்லாம் பொன்னாகும்
4. பணம், சில ரகசியங்கள்
5. நேர்மையாக சம்பாதிக்க இவ்வளவு வழிகளா!
6. எந்தத் தொழிலிலும் ஜெயிக்கலாம்
7. பணமின்றி அசையாது உலகு
8. நிதி - சேமிப்பு - முதலீடு - வரி (கேள்வி - பதில்கள்)
9. உலகம் - நாடு - வீடு - பணம் (கேள்வி - பதில்கள் பகுதி -2)
10. சொர்க்கத்தின் சொந்தக்காரர்

நிர்வாகம்

1. ஆளப்பிறந்தவர் நீங்கள் (தலைமைப் பண்புகள்)
2. காலம் உங்கள் காலடியில் (நேர நிர்வாகம்)
3. உலகம் உன் வசம் (கம்யூனிகேஷன்)
4. உறுதி மட்டுமே வேண்டும் (கமிட்மெண்ட்)
5. உறவுகள் மேம்பட (Managing People)
6. சிறந்த நிர்வாகி ஆவது எப்படி?
7. மேனேஜ்மென்ட் குரு கம்பன்
8. வீட்டுக் கணக்கு
9. நேரத்தை உரமாக்கு (காலம் உங்கள் காலடியில் - 2)
10. சிக்ஸர்: நிர்வாக உத்திகள்

பொருளாதாரம்

1. நாட்டுக் கணக்கு (தமிழக அரசு முதல் பரிசு)
2. நாட்டுக் கணக்கு - 2
3. அதிர்ந்த இந்தியா
4. அவசரம் - உடனடியாகச் செய்யவேண்டிய சமூகப் பொருளாதார மாற்றங்கள்

மாணவர்களுக்கு

1. மன அழுத்தம் விரட்டலாம்
2. இந்தமுறை நீதான்
3. நீங்கள் அசாதாரணமானவர்
4. You are Extraordinary
5. திட்டமிடுவோம் வெற்றிபெறுவோம்
6. எண்ணிய முடிதல் வேண்டும்

மற்றவை

1. எங்குமிருப்பவர் (சாய் சரிதம்)
2. கே. பாலசந்தர் - வேலை டிராமா சினிமா
3. நல்ல மனம் வாழ்க
4. மகிழ்ச்சியாக வாழுங்கள்
5. அப்பா, மகன் - நெருக்கமும் நெருடல்களும்
6. பூங்கொத்து
7. நகரத்தார்கள்
8. புத்தகம் என்னவெல்லாம் செய்யும்

புதினம்

1. நெஞ்சமெல்லாம் நீ
2. பட்டாம்பூச்சிகளின் கண்ணாமூச்சி காலம்
3. ஜெமினி சர்க்கிள் (பாரதி கலை இலக்கியப் பேரவை முதல் பரிசு)

www.ingramcontent.com/pod-product-compliance
Lightning Source LLC
LaVergne TN
LVHW100835051026
849519LV00006B/2306
9789348439697